# รัตน ทาทา

## ผู้รักชาติที่แท้จริงของอินเดีย

Translated to Thai from the English version of
Ratan Tata

เทวจิต ภูยัน

**Ukiyoto Publishing**

# ความทุ่มเท

อุทิศให้แก่ Ratan Tata ผู้ล่วงลับ และภรรยาสุดที่รักของฉัน Mitali Bhuyan ผู้ล่วงลับ
ซึ่งเป็นผู้ชื่นชม Ratan Tata ผู้ล่วงลับอย่างเต็มเปี่ยม รวมถึงคุณธรรม ค่านิยม
และความซื่อสัตย์ของเขา
ผู้เขียน

# คำนำ

รัตน ทาทา นักอุตสาหกรรม นักมนุษยนิยม และนักชาตินิยมที่โด่งดังและเป็นที่เคารพนับถือสูงสุด จากโลกสู่สวรรค์เมื่ออายุ 86 ปี หนังสือเล่มนี้เป็นบทเพลงสรรเสริญตำนานเล็กๆ น้อยๆ เพื่อไว้อาลัยการเสียชีวิตของเขาในรูปแบบบทกวี บทกวีหนึ่งบทแสดงถึงหนึ่งปีของชีวิตในโลก เป็นไปไม่ได้เลยที่จะเขียนถึงบุคคลในตำนานที่สูงใหญ่เช่นนี้ได้ภายในไม่กี่หน้า

แต่ฉันหวังว่าผู้คนจะชื่นชอบและร่วมชื่นชม Ratan Tata และการมีส่วนสนับสนุนของเขาต่ออินเดีย โลก และมนุษยชาติไปกับฉัน

เทวจิต ภูยัน

10.10.2024

# เนื้อหา

# 1. รัตทาน ทาทา ภารัตรัตนะตัวจริง

เขาเป็นผู้ใจบุญและมีวิสัยทัศน์กว้างไกล

จนกระทั่งลมหายใจสุดท้ายเขายังคงรับใช้ประชาชนและประเทศชาติ

พยายามปรับปรุงคุณภาพชีวิตให้ดีขึ้นด้วยวิธีแก้ปัญหาเสมอ

แรงจูงใจเพื่อผลกำไร ไม่เคยผลักดันแนวคิดของเขาให้จำศีล

เห็นคู่รักเปียกฝนขณะขึ้นรถบัส

ความคิดสร้างสรรค์ของเขาทำให้รถนาโนกลายเป็นความภาคภูมิใจของเรา

โรงพยาบาลรักษามะเร็งหลายร้อยแห่งแสดงน้ำใจอันดีงามของเขา

เพราะวิสัยทัศน์เพียงเท่านั้น โรงพยาบาลในพื้นที่ชนบทจึงเริ่มดำเนินการอย่างรวดเร็ว

นักอุตสาหกรรมผู้คิดนอกกรอบผลกำไรและการขยายตัว

สำหรับปัญหาของมนุษย์ทุกคน เขาจะหาทางแก้ไขที่เป็นมิตรเสมอ

ช่วงโควิด19 นับเป็นความท้าทายต่อมวลมนุษยชาติและโลกธุรกิจ

แต่ด้วยสัมผัสของมนุษย์ อาณาจักรอุตสาหกรรมทั้งหมดของเขาที่เขาเปิดเผย

ไม่มีการเลิกจ้าง ไม่มีการเลิกจ้างแม้ในช่วงเวลาการผลิตเป็นศูนย์

ภารตะ รัตนะ แท้จริงของอินเดีย เขาจะเปล่งประกายตลอดไป

# 2.ลาก่อน รัตน ทาทา

ชายผู้สมบูรณ์แบบไร้คู่ครองและบุตร

แต่ครอบครัวของเขากลับขมขื่น พนักงานที่ภักดีของเขาทุกคน

ลูกค้าของบริการและผลิตภัณฑ์รู้ถึงจริยธรรมของตนเอง

ธุรกิจของเขาคือการรับใช้ประเทศและประชาชน

ถึงแม้จะมีรายได้เป็นล้านแต่เขาก็ใช้ชีวิตอย่างเรียบง่าย

หนึ่งในอัญมณีล้ำค่าที่แท้จริงของการประกอบการในอินเดีย

รอยเท้าของเขาจะคงอยู่ไม่เพียงแต่ในอุตสาหกรรมเท่านั้น แต่ยังอยู่ในใจของผู้คนอีกด้วย

ฮีโร่ตัวจริงของโลกที่มีหัวใจอันยิ่งใหญ่และความรักต่อมนุษยชาติ

ปัจจุบันเขาคือตำนานและสัญลักษณ์ของจริยธรรมและความซื่อสัตย์ทางธุรกิจ

สุภาพบุรุษก็คือสุภาพบุรุษทำคือ ราตะตะ

ด้วยความร้อนระอุที่ทั้งชาติและประชาชนต่างบอกลา ทาทา

# 3. รัตน ทาทา ผู้รักชาติที่แท้จริงของอินเดีย

ชื่อพอเพียง ไม่ต้องอ้างอะไร

ความมั่งคั่งของเขาคือความไว้วางใจในความมุ่งมั่นของอินเดีย

ไม่ว่าคุณจะดื่มชา กาแฟ หรือโยเกิร์ต

ชื่อของเขาอยู่ทุกที่ในอินเดียคุณคงคิดได้

ขณะขับรถหรือบินอยู่บนท้องฟ้าสู่จุดหมายปลายทางของคุณ

รัตน ทาทา มีส่วนสนับสนุนในทุกด้านของชีวิต

ผู้ป่วยยากจนในหมู่บ้านห่างไกลสามารถเข้ารับการรักษามะเร็งได้แล้ว

เมื่อไม่นานมานี้ การรักษามะเร็งสำหรับคนจนกลายเป็นเรื่องที่ต้องเปลี่ยนชีวิต

ทาทาเป็นคนใจบุญมีน้ำใจและจิตใจดี

ผู้คนเคารพและทำงานอย่างทุ่มเทเพื่อโครงการที่เขาเริ่มต้น

ในวงการชีวิตชาวอินเดีย เขาเป็นมากกว่าเจ้าพ่ออุตสาหกรรม

จิตวิญญาณของพระองค์แผ่ขยายไปทั่วประเทศเหมือนมรสุม

ทุกคนแสดงความเคารพต่อผู้สร้างชาติที่แท้จริงรายนี้

ในอนาคตในช่วงเวลาที่ยากลำบาก อุดมคติของเขาจะเป็นแรงบันดาลใจให้กับเรา

# 4.มนุษย์ที่แท้จริง รัตน ตะตะ

เขามิใช่เพียงแต่เป็นนักอุตสาหกรรมและนักธุรกิจเท่านั้น

ด้วยคุณค่าความเป็นมนุษย์ ความซื่อสัตย์ จริยธรรม เขาเป็นมนุษย์

ความซื่อสัตย์ ความซื่อตรง จริยธรรม และคุณค่า เสาหลักของ Tata Empire

นั่นคือเหตุผลว่าทำไมทาทาถึงได้รับความเคารพในทั้งสองซีกโลก

การปกป้องเงินของนักลงทุนอาจเป็นเป้าหมายของเขา

แต่การพัฒนาของอินเดียนั้นอยู่ในจิตวิญญาณของเขาเสมอ

ในช่วงวันที่ยากลำบากของกลุ่ม Tata เขาพิสูจน์ให้เห็นแล้วว่าเป็นกัปตันที่ดีที่สุด

ด้วยนวัตกรรมและความยั่งยืน เขาได้ผสมผสานโซลูชัน

ตอนนี้สมาชิกครอบครัวทาทากรุ๊ปทุกคนกำลังร้องไห้

แม้แต่สุนัขจรจัดในความทรงจำของเขาก็ยังเลิกเล่น

สาวกตัวจริงของ "วิญญาณหมาจิ้งจอกลาคือราม"

ในอินเดียและทั่วโลก ผู้ติดตามนับล้านคนจะจดจำเขา

แม้ว่าพระองค์จะเสด็จไปสวรรค์เมื่อทรงพระชนมายุได้ ๘๖ พรรษาแล้ว

แต่ความสำเร็จของเขามีน้ำหนักมากกว่าอายุขัยของเขา ทำให้มีน้ำตาไหลเป็นล้าน

# 5.ไม่มีสิ่งใดคงอยู่ถาวร

ไม่มีอะไรในชีวิตที่คงอยู่ถาวร

ทุกสิ่งทุกอย่างล้วนเป็นของชั่วคราว

บ้านอันเป็นที่รัก โรงเรียนอันเป็นที่รัก

ฉันจากไปนานแล้ว เหลือเพียงความทรงจำ

วิทยาลัยที่รัก ฉันจากไปอย่างร้องไห้วันหนึ่ง

เพื่อนสนิทสมัยเรียนหายกันหมด

พ่อ แม่ ลุง ทุกคนหายไป

สุนัขและแมวที่เรารักหลายรุ่นปรากฏตัวขึ้น

แม้จะรู้ทุกสิ่งเพียงชั่วคราว

คนเขาคิดว่าฉันจะไม่ตายและจะอยู่ตลอดไป

ทรัพย์สมบัติของพวกเขาแม้จะอายุแปดสิบแล้วพวกเขาก็ไม่อยากแบ่งปัน

เพื่อสังคมพวกเขาต้องการทุกอย่างแต่ก็กลัวที่จะให้

ความโลภและความใคร่เป็นทัศนคติและอุปนิสัยของมนุษย์ที่ไม่มีวันสิ้นสุด

การแสวงผลกำไรทุกขั้นตอนคือภารกิจและกฎบัตรของมนุษย์

การรู้ว่าอีกไม่นานเราอาจจะตายก็ได้อาจทำให้ชีวิตฉลาดขึ้น

# 6.บัญชียอดคงเหลือเป็นศูนย์

คุณอาจคิดว่าชีวิตคือบัญชีเงินฝากประจำ

หรือสำหรับคุณ ชีวิตก็อาจเป็นเหมือนบัญชีเงินฝากออมทรัพย์

แต่ความจริงก็คือชีวิตคือบัญชีเดินสะพัดที่มียอดคงเหลือเป็นศูนย์

สุดท้ายถึงจะประหยัดก็มีคนได้ใช้เงิน

เมื่อคุณเสียชีวิต ผู้ได้รับการเสนอชื่อจะร่ำรวยและมั่งคั่ง

พฤติกรรมและวิถีชีวิตจะแตกต่างไปโดยสิ้นเชิง

ดอกเบี้ยเงินที่คุณหามาด้วยความยากลำบากจะหยุดเติบโต

เงินในบัญชีคนตายไม่สามารถไหลเข้าได้

เพลิดเพลินไปกับเงินคงเหลือศูนย์ของคุณก่อนที่จะกลายเป็นศูนย์

หากคุณมีเพียงพอในบัญชีก็จงใช้ชีวิตให้เหมือนฮีโร่

ประหยัดเฉพาะเท่าที่คุณต้องการสำหรับอาหารและการดูแลสุขภาพ

สำหรับคุณ โอกาสที่จะสร้างทัชมาฮาลในนามของคุณนั้นหายาก

ดังนั้นเมื่อจะดำเนินชีวิตตามแบบของตนเอง จงยุติธรรมเสมอ

# 7.เมื่อฉันตาย

เมื่อฉันตายอาจมีใครสักคนร้องไห้

บางคนอาจจะเกิดความเขินอาย

เพื่อจะหลั่งน้ำตาอาจมีคนพยายาม

ออกจากโลงศพแล้วจะมีคนบินไป

แต่ไม่มีอะไรสำคัญสำหรับฉัน

ฉันจะเป็นอิสระจากสิ่งทางโลก

ไม่ดูหมิ่นไม่เคารพก็ไม่เห็น

ตัวตนและความนับถือตนเองของฉันเองไม่สามารถทำร้ายได้

เพียงแต่การเดินทางนั้นแตกต่างกัน คนอื่นก็จะเริ่มต้น

หากฉันรวยโดยปราศจากความปรารถนาหรือความปรารถนา

ทรัพย์สมบัติของฉันใครจะมาขโมยไป

เพื่อแสดงให้เห็นแก่ผู้อื่นว่าเขาจะยอมสละมื้ออาหาร

ในการสวดพระอภิธรรมศพ จะแสดงความกระตือรือร้น

คนจะชื่นชอบการฉลองพิธี

มีคนจะมาคอมเมนต์ว่าแกงแกะอร่อยที่สุด

คนอื่นไม่กี่คนจะบอกว่าปลาแม่น้ำมีรสชาติดีกว่า

แต่ไม่มีอะไรสำคัญสำหรับฉันหลังจากความตาย

การทำพิธีกรรมสำหรับฉันเป็นเพียงศรัทธาของผู้คน

ฉันไม่รู้ว่าแม่ฉันคลอดลูกหรือเปล่า

เมื่อข้าพเจ้าจากไปแก่นของข้าพเจ้าก็จะหายไปด้วย

# 8.อายุเป็นเพียงตัวเลขเท่านั้น

เมื่อคุณอายุแปดสิบกว่า อายุก็จะกลายเป็นเพียงตัวเลข

ไม่ไปต่อก็ไม่มีใครรำคาญ

ไม่ว่าคุณจะตายตอนอายุ 80 หรือ 90 ก็ไม่สำคัญ

หลังจากอายุ 90 คุณจะไม่เข้าสังคมอีกต่อไป

การออกจากบ้านจะลำบากและไม่สะดวก

ครอบครัวจะดีใจถ้าคุณตายก่อนที่จะต้องนอนป่วยอยู่บนเตียง

อัมพาตและสมองเสื่อมหลังพระเจ้าควรห้าม

อายุแปดสิบห้าแล้วตายกะทันหันสบายกว่า

ทุกคนจะชื่นชมคุณว่าคุณไม่เป็นภาระ

เมื่ออายุครบ 80 ปีแล้ว อายุก็จะเป็นเพียงตัวเลขโดยไม่ต้องมีส่วนสนับสนุนใดๆ

จะแปดสิบ เก้าสิบ หรือร้อย ก็ไม่เห็นจะแยกแยะ

แม้ตัวเลขจะสูงขึ้นก็ไม่มีค่าสำหรับใครหลังออกเดินทาง

จะดีกว่าถ้าคุณยังดูเด็กและจดจำครอบครัวและเพื่อนๆ ได้

# 9.กระทิงใหญ่

กระทิงตัวใหญ่ส่วนใหญ่มักจะตายในโรงฆ่าสัตว์

ในกับดักหนูตัวอ้วนและแข็งแรงตาย

ไม่ว่าจะเป็น Rakesh Jhunjhunwala หรือ Harshad

เพราะไม่มีใครต้องเดือดร้อนเรื่องความตายหรือผู้คน

สตีฟ จ็อบส์ หรือ เลดี้ ไดอาน่า ก็ไม่มีข้อยกเว้น

การจะหยุดการจากไป เงินก็ไม่สามารถเป็นคำตอบได้

แม้แต่หลักความไม่แน่นอนก็ไม่สามารถทำนายอนาคตได้

เมื่อไหร่ ที่ไหน แม้แต่ยางใหม่ของคุณก็อาจแตกได้

อย่ากังวลเรื่องเงินของคุณมากเกินไปในวันพรุ่งนี้

สนุกสนานวันนี้กับครอบครัว แม้ต้องกู้ยืม

รักวันนี้และแสดงออกตอนนี้ แม้ว่าคุณจะเป็นวัวตัวใหญ่

หากคุณเก็บสิ่งเหล่านี้ไว้จนถึงวันพรุ่งนี้ คุณก็เป็นคนโง่อย่างยิ่ง

# 10.การปฏิเสธการแต่งงาน

นี่คือยุคไซเบอร์

ผู้คนไม่ชอบการแต่งงาน

การอยู่ร่วมกันนั้นดีกว่า

ความเป็นเพื่อนเท่านั้นที่สำคัญ

ลูกเป็นภาระ

การลดลงของการเจริญพันธุ์ของเพศชาย

คู่รักเลสเบี้ยนไม่ใช่เรื่องต้องห้ามอีกต่อไป

ประชากรเกย์กำลังเติบโตอย่างรวดเร็วเหมือนไม้ไผ่ป่า

โลกนี้ยังคงมีอัตราการเติบโตของประชากร

สำหรับประเทศที่พัฒนาแล้ว แรงงานถือเป็นสิ่งมีค่า

ผู้คนจำนวนมากขึ้นเรื่อยๆ มีความสุขกับการเลี้ยงสัตว์

คนนอกบ้านชอบออกเดทเท่านั้น

ตอนนี้ AI กำลังมอบหุ่นยนต์ที่ดีกว่าให้เป็นเพื่อน

เพื่อรักษาระเบียบสังคมเก่าไว้ไม่มีทางออก

สักวันอารยธรรมจะล่มสลายด้วยน้ำหนักของมันเอง

จนกว่าจะถึงตอนนั้น เพื่อรักษาชีวิตสมรสไว้ อาจมีผู้ที่นับถือศาสนาดั้งเดิมบางคนต่อสู้

# 11.คำไว้อาลัยการสมรส

ในวัยชรานั้น การแต่งงานไม่ใช่เพื่อความเป็นเพื่อน

การแต่งงานคือการทวีจำนวนมนุษย์อย่างมีโครงสร้าง

การแต่งงานค่อยๆ กลายมาเป็นศูนย์กลางของชีวิตครอบครัว

แกนหลักของครอบครัวคือสามีและภรรยาต่างเพศ

และอารยธรรมก็ดำเนินต่อไปและดิ้นรน

การอยู่นอกสมรสถือเป็นสิ่งที่ไม่ศักดิ์สิทธิ์

คนโสดก็จะถูกผลักลงนรกตามไปด้วย

มีแต่พระสงฆ์และนักปราชญ์เท่านั้นที่ยังไม่ได้แต่งงาน

ถือว่าเป็นคนฉลาดและเป็นมิตรกับสังคม

ชีวิตทางเพศของภิกษุและฤๅษีถูกปกปิดไว้ใต้พรม

หน้าที่ของหญิงที่แต่งงานแล้วคือการเติมตะกร้าให้ลูกๆ

หน้าที่ของผู้ชายคือดูแลไม่ให้มดลูกว่าง

เด็กสาวถูกบังคับให้แต่งงานทันทีหลังเข้าสู่วัยรุ่น

ด้วยการศึกษาและการเสริมสร้างศักยภาพทางเศรษฐกิจ ผู้หญิงจึงมีความกล้ามากขึ้น

เป็นการยากที่จะผลักดันให้พวกเขาเป็นทาสภายใต้การแต่งงานและยึดมั่น

อนาคตของการแต่งงานนั้นไม่แน่นอนอีกต่อไปทุกศตวรรษ

แต่ในปัจจุบันยังไม่มีนักวิทยาศาสตร์สังคมคนใดสามารถเขียนคำไว้อาลัยการแต่งงานได้

# 12.คำถามที่ผิด

ใครจะกระดิ่งแมว

เป็นคำถามที่ผิด

หนูแก่คุ้นเคยกับสถานะเดิม

พวกเขาขาดนวัตกรรมและความคิดใหม่ๆ

ส่วนใหญ่แล้วส่วนหนึ่งของปัญหา

ไม่พยายามที่จะเปิดกล่องดำ

คำถามที่ถูกต้องคงจะเป็น

วิธีกระดิ่งแมว กระดิ่งที่ไหน และเมื่อไหร่

ความเป็นไปได้มากมายที่หนูน้อยจะบอก

ความเป็นไปได้บางประการที่ทีมสามารถมีแม่พิมพ์ได้

ในทีมอย่าถามว่าใครจะทำ

ทางไปสู่การแก้ปัญหามันจะทำให้ช้า

ควรถามว่าจะทำอย่างไรกับทีม

มันจะเปลี่ยนเกมทั้งหมด

คงมีคนโดนแมวจับได้แล้วล่ะ

# 13.ทางแก้อยู่ที่ไหน?

ประเทศที่มีช่องโหว่ หลุมบ่อ

หากไม่มีคุณธรรม จริยธรรม และความซื่อสัตย์

ทุกคนต้องการทางลัดสู่ความสำเร็จ

คอร์รัปชั่นมีอยู่เต็มไปหมด

ความไม่ซื่อสัตย์และการติดสินบนเป็นส่วนหนึ่งของค่านิยมหลัก

ความหน้าไหว้หลังหลอกทำให้เกิดจุดบอดในทุกกิจกรรม

คนส่วนใหญ่ไม่มีความซื่อสัตย์

แต่เรากลับอ้างว่าเป็นผู้นำระดับโลก

การปฏิรูประบบคุณค่าของสังคมของเรานั้นดีกว่า

หากปราศจากคุณค่า ความซื่อสัตย์ และความซื่อตรง เราจะก้าวไปต่อไม่ได้

ระบบคุณธรรม จริยธรรม และค่านิยมทางสังคม จำเป็นต่อการเป็นชาติที่มีอารยธรรม

การแจกอาหารฟรีให้คนจนเท่านั้น ไม่ใช่อารยธรรมที่แท้จริง

จำเป็นต้องมีการปฏิรูปในทุกโครงสร้างของชีวิตทางสังคมและการเมือง

มีเพียงเทคโนโลยีเท่านั้นที่ไม่สามารถช่วยแก้ปัญหาช่องว่างทางดิจิทัลได้

ผู้นำไม่เคยพยายามปฏิวัติศีลธรรม-จริยธรรมเลย

ในวัฒนธรรมอินเดียออร์โธดอกซ์ที่หยั่งรากลึกในวรรณะนั้น แนวทางแก้ไขอยู่ที่ไหน?

# 14.ฉันอยู่คนเดียว ไม่เหงา

ฉันอยู่คนเดียวแต่ฉันไม่เหงา

ฉันก็เลยเดินหน้าต่อไปอย่างใจเย็น

ฉันยึดมั่นในเส้นทางอย่างมั่นคง

ฉันก้าวทุกก้าวอย่างกล้าหาญ

มีคนอยู่ข้างหน้าฉัน ข้างหลังฉัน

พวกเขาอยู่ทางซ้ายและขวาของฉัน

แต่ข้าพเจ้ากำลังเคลื่อนตัวไปหาแสงแดดอันสดใส

ไม่เต็มใจที่จะเริ่มต้นกับใครก็ตามในการต่อสู้

นั่นคือเหตุผลว่าทำไมการเดินทางของฉันจึงเบามาก

ฉันยิ้มให้กับคนที่มองฉัน

แต่ยอมให้คนที่ไม่อยากเห็นเดินผ่านไป

เมื่อเหนื่อยก็นั่งพักใต้ต้นไม้สวยงาม

ฉันรู้สึกว่าตนเองเกิดมาเป็นอิสระเมื่อได้ยินเสียงนกร้องเพลง

การเคลื่อนที่คนเดียวโดยไม่เหงาเป็นเรื่องที่ดีเยี่ยม

การเดินทางมีเส้นทางและความตื่นเต้นของตัวเอง

เพื่อนที่ไม่รู้จักคนหนึ่งเสนอกาแฟหนึ่งถ้วย

ความทรงจำของความสามัคคียังคงเหมือนทอฟฟี่แสนหวาน

# 15.อย่าสนใจคนที่คิดลบ

ความโลภ ความโกรธ ความยึดติด และเรื่องเพศ เป็นธรรมชาติของมนุษย์

หากไม่มีคุณสมบัติเหล่านี้ ไม่มีใครสามารถก้าวไปสู่อนาคตได้

ในทุกย่างก้าวของชีวิต ความอิจฉา ความเกลียดชัง จะทรมาน

บางครั้งการเคลื่อนไหวของคุณทั้งหมดเหล่านี้จะเจาะทะลุ

ยอมจำนนต่อสิ่งทั้งหลายนั้นจะต้องพ่ายแพ้พ่ายแพ้;

ก้าวต่อไปด้วยความรัก รอยยิ้ม ความเป็นพี่น้อง และความมีน้ำใจ

ภายใต้แรงกดดันใดๆ ที่ยอมสละคุณค่าหลักและความซื่อสัตย์ของคุณ

ในปัจจุบันนี้การจะก้าวไปข้างหน้าด้วยความซื่อสัตย์เป็นเรื่องยาก

หากจำเป็นให้เดินตามความจริงเหมือนทหารเดี่ยว

ลองดูดวงอาทิตย์สิ เมฆไม่สามารถบังดวงอาทิตย์ได้อย่างถาวร

# 16.ไม่มีใครจะนินทาคุณธรรมของคุณ

ไม่มีใครจะนินทาคุณธรรมของคุณ

ไม่มีใครจะพูดว่าคุณยุติธรรมและจริงใจ

ความผิดพลาดเพียงหนึ่งเดียวสามารถแทนที่งานที่ดีสิบงานได้

ทุกคนจะพยายามดึงคุณเหมือนฝูงชน

ความสุภาพของคุณจะถูกคนอื่นขโมยไป

คนส่วนใหญ่มักมองไม่เห็นความซื่อสัตย์

ความดีในตัวผู้อื่นไม่เคยพบ

ใครก็ตามในยามทุกข์ร้อนก็ไม่เคยใจดี

ไม่ได้หมายความว่าเราควรหยุดทำงาน

เราต้องก้าวไปข้างหน้าทุกอย่างโดยไม่ใส่ใจ

ไม่เช่นนั้นเราจะกลายเป็นคนตายแต่มีชีวิต

โปรดอภัยให้กับผู้ที่สร้างเสียงรบกวนเหล่านั้น หากคุณต้องการที่จะพยายาม

# 17.อย่ากังวล วันสิ้นโลกจะมาถึง

จักรวาลกำลังเปลี่ยนจากสถานะที่มีระเบียบไปสู่สถานะที่ไม่เป็นระเบียบ

ดังนั้น ในกาลเวลาอันไม่มีที่สิ้นสุด การล่มสลายและการทำลายล้างคือชะตากรรมของมัน

เอนโทรปีกำลังเพิ่มขึ้นอย่างไม่สามารถกลับคืนได้และศาสนาอันมืดบอดก็เช่นกัน

คนสามารถพูดคุยถกเถียงกันได้แต่ก็ไม่มีทางแก้ไข

ภัยพิบัติและความหายนะที่ยิ่งใหญ่กว่าจะมาถึงโดยไม่ได้เจือจางลง

เว้นแต่เราจะรู้เหตุผลของการมีอยู่ของจักรวาล

จะมีสมมติฐานมากมายที่มีความคิดเห็นหลากหลายเสมอ

ในจักรวาลที่สิ้นหวังและถูกกำหนดให้ล่มสลาย เหตุใดจึงต้องกังวล

แม้การเดินทางของคุณจะผิดทางต่อผู้อื่นก็ไม่จำเป็นต้องบอกขอโทษ

กินสดและมีส่วนช่วยเพิ่มเอนโทรปีที่ไม่อาจกลับคืนได้

ในโลกนี้ไม่มีมนุษย์คนใดที่จะเป็นสำเนาของผู้อื่นได้

# 18.กาลอวกาศ

ในเวลาเดียวกันเราก็อยู่ในอดีต ปัจจุบัน และอนาคต

นี่คือเส้นเวลาและลักษณะและธรรมชาติของเวลา

ไม่มีสิ่งใดที่เรียกว่าลูกศรแห่งกาลเวลาทิศทางเดียว

ในอาณาจักรแห่งกาลเวลา อดีต ปัจจุบัน อนาคต ไม่มีใครเป็นไพรม์ไทม์

คุณอาจถูกจำคุกได้ทุกเมื่อสำหรับสิ่งที่เรียกว่าอาชญากรรมในอดีตของคุณ

เวลาไม่มีจุดเริ่มต้นจึงไม่เกิดคำถามถึงจุดจบ

แม้ผ่านมาหลายพันล้านปี ดวงอาทิตย์อาจไม่ขึ้น

ดวงดาวและดาวเคราะห์ชั่วคราวจะมาและไปเป็นวัฏจักร

แต่กับพวกเขาเวลาไม่เคยหยุดนิ่งหรือล่มสลาย

กาลอวกาศเป็นสองด้านของอนันต์อนันต์

สสาร พลังงาน จักรวาล ล้วนเป็นรายละเอียดเล็กๆ น้อยๆ

แรงโน้มถ่วง แม่เหล็กไฟฟ้า แรงนิวเคลียร์แบบเข้มและอ่อนเป็นผลิตภัณฑ์

เกมที่แท้จริงนั้นโดเมนเวลา-อวกาศสามารถดำเนินการได้เท่านั้น

# 19.เหตุใดชีวิตมนุษย์จึงมีความไม่แน่นอน?

การแสดงออกของจักรวาลนั้นเป็นเรื่องสุ่มในธรรมชาติ

ธรรมชาติของมนุษย์และวัฒนธรรมของเราก็คล้ายคลึงกัน

สิ่งต่างๆ เกิดขึ้นอย่างสุ่มตั้งแต่เริ่มจักรวาล

นั่นคือเหตุผลว่าทำไมทุกสิ่งในจักรวาลจึงมีความหลากหลายมาก

ความเป็นไปได้ไม่สิ้นสุดของความสุ่มเกี่ยวกับเหตุการณ์ถัดไป

นั่นเป็นเหตุผลว่าทำไมความไม่แน่นอนในจักรวาลจึงมีความเกี่ยวข้อง

ความเป็นคู่ของธรรมชาติของคลื่นและอนุภาคเป็นแกนหลักของความสุ่ม

เนื่องจากความไม่แน่นอน จักรวาลที่ขยายตัวจึงอยู่ภายใต้ความกดดัน

ธรรมชาติที่แท้จริงของการแสดงออกทำให้โลกที่มีชีวิตมีความผันผวน

ดังนั้นชีวิตมนุษย์จึงไม่แน่นอนและเปราะบางเกินไป

# 20.การอธิบายความจริงและความเป็นจริง

กาลิเลโอ นิวตัน และไอน์สไตน์ ไม่ได้คิดค้นสิ่งใหม่แต่อย่างใด

พวกเขาเพียงสังเกตธรรมชาติอย่างละเอียดเท่านั้น

จึงจะเข้าถึงความจริงและความเป็นจริงได้อย่างสมบูรณ์

โลกหมุนรอบตัวเองมาตั้งแต่ระบบสุริยะ

เป็นเวลานับล้านปีที่ไม่มีใครสังเกตการเคลื่อนไหวของโลกอย่างจริงจัง

แม้แต่นักปราชญ์ทุกยุคทุกสมัยจนถึงกาลิเลโอก็ไม่มีใครสนใจดวงอาทิตย์

พวกบูชาพระอาทิตย์ก็คิดว่าพระอาทิตย์จะอยู่บนฟ้าตลอดเวลา

กาลิเลโอสังเกตปรากฏการณ์พระอาทิตย์ขึ้นด้วยความทุ่มเท

เขาจึงสามารถค้นพบความจริงและความเป็นจริงของธรรมชาติได้อย่างสมบูรณ์แบบ

แรงโน้มถ่วงยังมีอยู่ในโลกตั้งแต่บิ๊กแบง

ผลไม้เช่นแอปเปิ้ล มะม่วงเคยร่วงหล่น และผู้ชายก็กิน

ผู้คนไม่เคยกังวลว่าเหตุใดปรากฏการณ์ธรรมชาตินี้จึงเกิดขึ้น

นิวตันมุ่งเน้นไปที่ปรากฏการณ์ง่ายๆ ของการหล่นของแอปเปิล

เขาตระหนักถึงความจริงหลังจากผ่านไปหลายล้านปีและน่าประหลาดใจ

สัมพันธภาพมีมาตั้งแต่การสร้างจักรวาล ไม่ใช่สิ่งใหม่

แม้จะมีคำอธิบายต่างกันในคัมภีร์ศาสนาฮินดูก็ตาม

แต่ไอน์สไตน์เน้นไปที่การเคลื่อนที่ของวัตถุท้องฟ้า

ทฤษฎีสัมพันธภาพมาในรูปแบบคณิตศาสตร์เป็นทฤษฎีที่ดีที่สุด

เมื่อเราค้นคว้าและมองธรรมชาติอย่างรอบด้านด้วยความทุ่มเท

การค้นพบความจริงที่เรียบง่ายสามารถให้วิธีแก้ไขปัญหาใหญ่ๆ แก่มวลมนุษยชาติได้

# 21.สงครามจะดำเนินต่อไปจนกว่าความตาบอดทางศาสนาจะได้รับการรักษา

ไม่มีใครเต็มใจที่จะพูดคุยเกี่ยวกับสาเหตุหลักของความรุนแรงในรัฐคุชราต

ไม่มีใครเต็มใจที่จะหารือถึงสาเหตุของการเริ่มสงครามกาซา

เราเคยได้ยินเรื่องตาบอดสี แต่ไม่เคยได้ยินเรื่องตาบอดทางศาสนาเลย

เว้นแต่ผู้นำโลกจะถอดแว่นตาสีของพวกเขาออก

ความขัดแย้งระหว่างอิสราเอลและปาเลสไตน์จะไม่มีทางออกที่ถาวร

ผู้คนทั่วโลกต้องยอมรับว่าชาวยิวเป็นมนุษย์ที่มีสิทธิที่จะมีชีวิตอยู่

ความผิดพลาดของฮิตเลอร์และการฆ่าล้างเผ่าพันธุ์ไม่ควรได้รับอนุญาตให้เกิดขึ้นอีก

หากคนตาบอดทางศาสนาไม่รักษาสายตาและเปลี่ยนทัศนคติ

สงครามเพื่อการดำรงอยู่ของชาวยิวจะดำเนินต่อไปอย่างไม่หยุดยั้ง

เพราะพวกเขาไม่มีที่ยืนเหมือนม่านบังตาทางศาสนา

# 22.ป่าแห่งความมืด

การแต่งงานตั้งแต่เด็กของเด็กผู้หญิงเป็นเรื่องแพร่หลายในสมัยนั้น

เธออายุเพียง 6 ขวบเมื่อเธอแต่งงานกับชายชรา

นางตกใจกลัวเมื่อถูกแท่งเนื้อขนาดใหญ่เข้าไปในอวัยวะเพศของนาง

เธอได้ร้องไห้ด้วยความเจ็บปวด แต่ใครจะช่วยเหลือเธอได้

สังคมทั้งสังคมอยู่ในความมืดมนและผู้หญิงเป็นเพียงสินค้า

นำมาขายตามท้องตลาดในราคาเดียวกับสินค้าอื่นๆ

เสียงร้องไห้ของเธอดับลงในเนินทรายแห่งทะเลทรายโดยไม่มีเสียงสะท้อนใดๆ

หลายพันปีผ่านไปนับตั้งแต่วันอันน่าสยดสยองนั้น

แต่ระบบการแต่งงานในวัยเด็กยังคงดำเนินต่อไป

ทุกสิ่งทุกอย่างในนามของศาสนาแม้กระทั่งในศตวรรษที่ 21

เราเป็นอารยธรรมหรือตาบอดในนามของพระเจ้าตาบอด

ไม่มีใครรู้ว่าเมื่อไหร่ผู้ชายจะมีเหตุผลและมีสามัญสำนึก

เรายังคงอยู่ในป่าแห่งความมืดที่หนาแน่นมากเกินไป

# 23. ความคิดแบบนกกระจอกเทศ

สุนัขจรจัดและอีกาดีกว่าคนที่มีจิตใจเหมือนนกกระจอกเทศ

อย่างน้อยก็ทำความสะอาดธรรมชาติเหมือนเป็นซากสัตว์ในระบบนิเวศ

คนที่มีจิตใจแบบนกกระจอกเทศมักจะโทษคนอื่นแต่ไม่เคยมองเข้าไปข้างใน

พวกเขาเป็นพลเมืองที่เลวร้ายที่สุดและเห็นแก่ตัวทั้งในธรรมชาติและวัฒนธรรม

เมื่อคนส่วนใหญ่กลายเป็นนกกระจอกเทศ อนาคตของเราจะเป็นอย่างไร?

สำหรับตนเองพวกเขาต้องการส่วนแบ่งจากสิงโตเสมอโดยไม่ต้องดำเนินการต่อ

กระดูกสันหลังของพวกเขาคือความไม่ซื่อสัตย์และเจ้าเล่ห์

แต่น่าเสียดายที่จำนวนของพวกเขากำลังเพิ่มมากขึ้นเรื่อยๆ

หากคุณกังวลเรื่องมนุษยชาติ สังคม และระบบนิเวศจริงๆ

ทำสิ่งเล็กๆ น้อยๆ เช่น สุนัขจรจัด กา หรือ นกแร้ง

อย่าหลับตาเหมือนนกกระจอกเทศแล้วรู้สึกว่าทุกอย่างจะดี

# 24.สหัสวรรษนี้

ความซื่อสัตย์คือหลักปฏิบัติที่เลวร้ายที่สุด

ความจริงไม่ค่อยจะชนะแต่กลับพ่ายแพ้

ความซับซ้อนคือความยิ่งใหญ่

คอร์รัปชั่นเป็นเรื่องธรรมดาของวัน

ความซื่อสัตย์เป็นสิ่งที่หาได้ยาก

การกุศลไม่ได้เริ่มต้นจากที่บ้าน

คนเกลียดคนบาปไม่ใช่คนบาป

โครงสร้างพื้นฐานของมนุษยชาติไม่มั่นคง

นี่คือสหัสวรรษแห่งกาลี

ความโกลาหลวุ่นวายจะถึงขีดสุด

นี่ก็เป็นความจริงของฟิสิกส์เช่นกัน

เอนโทรปีจะต้องเพิ่มขึ้นและเพิ่มขึ้น

จนกว่าวันสิ้นโลกจะมาถึง

และระบบดาวเคราะห์ใหม่ก็จะเกิดขึ้น

การเริ่มต้นใหม่จะมาพร้อมกับอารยธรรมใหม่

# 25.นกแร้ง

สัตว์เก็บซากตามธรรมชาติกำลังต่อสู้เพื่อเอาชีวิตรอด

สำหรับความหลากหลายทางชีวภาพและระบบนิเวศ นกแร้งมีความสำคัญ

ในกลุ่มของพวกเขามีระเบียบวินัยและเข้าสังคมอย่างแท้จริง

สำหรับชุมชนเปอร์เซีย การเอาชีวิตรอดของนกแร้งถือเป็นสิ่งสำคัญ

แต่การจะช่วยชีวิตนกนั้นไม่มีวิธีแก้ไขที่เป็นรูปธรรม

ชาวบ้านหลายครั้งเตรียมพวกเขาไว้โดยไม่มีเหตุผล

แต่ไม่เคยมีการเอาฆาตกรคนใดเข้าไปในคุกเลย

กลุ่มกดดันที่ทำงานเพื่อแร้งไม่มีทางแก้ไข

ทุกคนต้องเข้าใจถึงความสำคัญของสมดุลทางนิเวศน์

เพื่อช่วยเหลือแร้ง เรามาร่วมกันท้าทายกันเถอะ

# 26.ฝิ่นแห่งมวลชน

คอร์รัปชั่นกลายเป็นฝิ่นของมวลชนไปแล้ว

ไม่จำกัดเฉพาะเฉพาะคลาสใดคลาสหนึ่งเท่านั้น

คนรวย คนจน คนดำ คนขาว คนผิวน้ำตาล ทุกคนล้วนทุจริต

การจะขจัดคอร์รัปชั่นให้หมดไปจากโลกไม่มีทางแก้ไข

การทุจริตไม่ใช่เรื่องผิดศีลธรรมหรือขัดต่อศาสนา

ต่อการทุจริตในปัจจุบันผู้คนไม่มีความคิดเห็นที่ไม่ดี

นักการเมือง ประชาชน ผู้นำ ต่างก็ทุจริตกันทั้งนั้น

มวลชนไม่สนใจความสมบูรณ์ของส่วนรวมหรือส่วนบุคคล

แต่กลับโทษกันเรื่องความไม่ซื่อสัตย์ทางสังคม

การผสมผสานที่สมบูรณ์แบบระหว่างศาสนากับการทุจริตคือเรื่องธรรมดาในปัจจุบัน

มวลชนที่มึนเมาด้วยความทุจริตและศาสนากลับมีความสุขและรื่นเริง

# 27.หากคุณไว้วางใจนักการเมือง

หากคุณไว้วางใจนักการเมือง คุณก็เหมือนอยู่ในสวรรค์ของคนโง่

หากไม่มีการติดสินบน ข้าราชการจะไม่ยอมให้คุณยื่นเอกสาร

ในโลกนี้ เพื่อความอยู่รอดและความก้าวหน้า ต้องมีสติปัญญาและความฉลาด

ไม่เช่นนั้นแล้วในชีวิตคุณพระอาทิตย์จะไม่มีวันขึ้น

การสิ่งใดในโลกนี้ย่อมต้องจ่ายราคา

การขัดแอปเปิ้ลและการประจบสอพลอไม่ได้ผลเท่ากับเงิน

สำหรับนักการเมืองและข้าราชการ เงินคือสิ่งที่ดีที่สุด

บางครั้งแอลกอฮอล์อาจช่วยคุณในการเดินทางได้

แต่ความชื่นชอบทางเพศสามารถเปลี่ยนการแข่งขันของคุณ ได้อย่างง่ายดาย

หากคุณยังเชื่อนักการเมืองและข้าราชการ ถือเป็นเรื่องน่าขัน

# 28.ถ้าท่านเป็นมนุษย์ก็ดี

หากคุณคิดว่าคุณเป็นคนผิดศีลธรรม คุณก็คิดถูกแล้ว

คุณอยู่ในกลุ่มมนุษย์ 99 เปอร์เซ็นต์

หากคุณคิดว่าคุณเป็นมนุษย์ คุณก็คิดถูกแล้ว

คุณอยู่ในกลุ่มโฮโมเซเปียนส์หนึ่งเปอร์เซ็นต์

คุณรู้ว่าเวลาของคุณมีจำกัดและไม่ควรรอคอยวันพรุ่งนี้

คุณใช้เวลาทุกวินาทีอย่างรู้คุณค่าของเวลา

เวลาคือวัตถุดิบฟรีเพียงอย่างเดียวในโลกที่มีวันหมดอายุทันที

มนุษย์ย่อมเข้าใจสิ่งนี้และไม่ดำเนินชีวิตในอนาคต นั่นเป็นเพียงจินตนาการ

มีเพียงกลุ่มหนึ่งเปอร์เซ็นต์เท่านั้นที่เจริญรุ่งเรืองในโลกนี้เมื่อพวกเขายังมีชีวิตอยู่

ในการจากไปของกลุ่ม 99% โศกเศร้าและร้องไห้

และกลุ่ม 99% พยายามทำให้หนึ่งในนั้นกลายเป็นเรื่องผิดศีลธรรม

# 29.การเอาชนะแรงโน้มถ่วงและแรงเสียดทาน

ความจำเป็นของชีวิตมนุษย์ไม่ใช่อาหารแต่เป็นพลังงาน

ในกระบวนการรับพลังงาน อาหารมีไว้เพียงเพื่อการทำงานร่วมกันเท่านั้น

การกระทำของชีวิตมนุษย์เป็นเพียงการเอาชนะพลังธรรมชาติเท่านั้น

สำหรับโฮโมเซเปียนส์ นอกจากอาหารแล้ว ไม่มีแหล่งทางเลือกอื่น

ดังนั้นเราจึงถูกผูกมัดด้วยข้อจำกัดที่ถูกกำหนดโดยวิถีธรรมชาติ

พลังงานทั้งหมดของมนุษย์ถูกนำมาใช้เพื่อเอาชนะแรงโน้มถ่วงและแรงเสียดทาน

เมื่อถึงเวลาคลอดบุตรธรรมชาติจะบ่งบอกให้ทุกคนทราบ

การเดิน การเล่น การแปรงฟัน ทุกกิจกรรมจะต้องต่อต้านพลังธรรมชาติ

ในการทำเช่นนั้น ในร่างกายมนุษย์ พลังงานเป็นแหล่งพลังงานเพียงอย่างเดียว

ชีวิตก็คือการเคลื่อนไหวอย่างสอดประสานกันของกิจกรรมต่างๆ

เพื่อต่อต้านพลังธรรมชาติ พลังงานบางส่วนจึงมาจากแสงแดด

เงินกับสุขภาพในที่สุดก็มาพูดคุยกันถึงความต้องการที่จะต่อต้านธรรมชาติ

ในอาณาจักรแห่งกาลเวลา กลไกนี้จะพังทลายลงในวันหนึ่งในอนาคต

# 30.ชีวิตที่ไร้แรงเสียดทาน

ชีวิตที่ไม่มีแรงเสียดทานเป็นไปไม่ได้

การเคลื่อนไหวจะไม่ได้รับอนุญาต

การหลั่งอสุจิจะไม่สามารถเกิดขึ้นได้

แม้แต่กิจกรรมทางเพศ การเสียดสีก็เป็นสิ่งที่พึงปรารถนา

หากไม่มีแรงเสียดทาน กฎแห่งฟิสิกส์ก็จะมีปัญหา

ปลาก็ว่ายน้ำไม่ได้ นกก็บินไม่ได้

เพื่อเอาชนะความเสียดทานทุกขณะเราพยายาม

ถ้าไม่มีแรงเสียดทาน โลกจะลุกเป็นไฟได้อย่างไร

การไม่มีแรงเสียดทานในชีวิตของเราไม่ใช่วิธีแก้ปัญหาที่ปฏิบัติได้จริง

เมื่อเกิดความขัดแย้งในครอบครัว อย่าไปเครียด

ลองลดแรงเสียดทานและเจือจางเท่านั้น

แรงเสียดทานอาจเป็นแบบแห้ง ลื่นไหล ผิวหนัง หรือแรงเสียดทานภายใน

เพื่อลดแรงเสียดทาน ควรหล่อลื่นให้เหมาะสมเสมอ

แม้จะไม่ใช้สารหล่อลื่นก็แสดงเจตนา

การขัดแอปเปิลระหว่างทำงานออฟฟิศต้องไม่ลังเล

แรงเสียดทานจะลดลงอย่างมากตามความพึงพอใจของคุณ

# 31.ความทุกข์ทรมานจากคมสองคม

เมืองอัจฉริยะ Guwahati กำลังสั่นคลอนภายใต้ฝุ่น

เจ้าของจักรยานและยานพาหนะกำลังทำความสะอาดสนิม

มิฉะนั้นการติดขัดของล้อจะเป็นสิ่งที่หลีกเลี่ยงไม่ได้

แม้ภายใต้ฝุ่นละออง รถก็ยังวิ่งได้เร็ว

ฝุ่นที่สูดเข้าไปนั้นปราศจากเชื้อโรค ซึ่งเราไม่ไว้ใจ

เมื่อฝนตกจะเกิดน้ำท่วมฉับพลันและน้ำท่วมขัง

หลังจากแสงแดด ฝุ่นละอองจะสร้างความรบกวน

ในเมืองอัจฉริยะ ประชาชนสามารถเอาตัวรอดได้

คนเราเดี๋ยวนี้กลัวฝนและแดดเท่าๆ กัน

สิ่งแวดล้อมที่มลพิษกลืนกินเมืองกูวาฮาติไปทั้งหมดแล้ว

# 32.โดซ่า กับ ซาโมซ่า

โดซ่าและซาโมซ่า ของว่างยอดนิยมของชาวอินเดีย

ในเรื่องของการเคลื่อนตัว ซาโมซ่าเป็นนักแสดงตลกที่ดีกว่า

ผิวของโดซ่าเป็นข้าว ในขณะที่ซาโมซ่าเป็นข้าวสาลี

ทั้งสองอย่างเป็นมังสวิรัติเป็นหลัก ไม่มีใครใช้เนื้อสัตว์เลย

เนื้อซาโมซ่ากับโดซ่าก็เหมือนกันนะมันฝรั่งที่เรารัก

ในการเตรียมซัมบาร์ต้องใช้มะเขือเทศเท่านั้นสำหรับโดซ่า

โดซ่าสามารถรับประทานได้ทั้งมื้อเช้า มื้อเที่ยง และมื้อเย็น

แต่สำหรับมื้อกลางวันและมื้อเย็น ซาโมซ่าไม่ได้รับความนิยมมากนัก

ในตลาดมีซาโมซ่าขายแม้กระทั่งตามร้านชาเล็กๆ

โดซ่ามีให้เห็นมากขึ้นในร้านอาหารและห้างสรรพสินค้า

หากฉันต้องโหวตอาหารใดอาหารหนึ่งให้เป็นอาหารยอดนิยม

ฉันสับสนว่าสูตรไหนดีกว่า แต่ฉันจะกินสูตรไหนก็ขึ้นอยู่กับอารมณ์

# 33.แมลงปอ

แมลงปอเป็นญาติที่น่าสงสารของผีเสื้อ

ในการบินแมลงปอก็ไม่ขี้อายเช่นกัน

ที่จะแข่งขันกับผีเสื้อต้องพยายามเสมอ

คล้ายผีเสื้อแต่สีสันไม่มากนัก

แมลงปอมีปีกสี่ปีกจึงวิเศษมาก

พวกเขาดึงดูดผู้คนและยังคงร่าเริงอยู่เสมอ

เด็กๆ ชอบไล่จับแมลงปอ

สำหรับเด็กเล็ก ผีเสื้อและแมลงปอเหมือนกัน

การไล่ตามและจับพวกมันคือเกมที่แท้จริง

จำนวนแมลงปอลดลงอย่างมาก

แม้อยู่ตามชนบทก็ไม่ค่อยเห็นบ่อยนัก

ปีกของนางฟ้าในนิทานมีลักษณะคล้ายแมลงปอ

เพื่อการอนุรักษ์แผ่นพับอันงดงามนี้ เราต้องพยายามอย่างจริงใจ

# 34.ความรุนแรงจากกลุ่มคน

ม็อบคือกลุ่มคนที่ไม่มีสมอง

การทำลายล้างคือเป้าหมายหลักของกลุ่มม็อบ

เพื่อการทำลายและการฆ่าไม่จำเป็นต้องฝึกฝน

ไร้เหตุผลและตรรกะในการทำงานต่อหน้าฝูงชน

แม้แต่เพื่อนฝูงและญาติพี่น้องก็ยังจะขโมย

ศาสนาคือตัวการหลักที่ทำให้เกิดความรุนแรงจากกลุ่มคน

การว่างงานและความยากจนทำให้ฝูงชนยังคงยืนหยัด

คนมีเหตุผลและมีการศึกษาไม่ต่อต้านอะไร

แม้จะรุนแรงและทำลายล้าง แต่ก็ไม่มีสาระอะไรให้มองเห็น

กฎหมาย ระเบียบ และตำรวจทั้งหมดก็หยุดทำงาน

ทหารยังถูกบังคับให้ต้องนิ่งเฉย

ทางออกเดียวที่จะรับมือกับความรุนแรงจากกลุ่มคนได้คือการตอบโต้ด้วยกำลัง

ความรุนแรงจากกลุ่มคนต้องยุติลงที่ต้นเหตุในที่สุด

ตอนแรกๆอารมณ์ประชาชนจะสูงมาก

ยานพาหนะเป็นเป้าหมายแรกของการทำลายล้างเสมอ

การปล้นร้านค้าและตลาดเคยเป็นจุดเริ่มต้นต่อไป

การเผาทรัพย์สินสาธารณะและส่วนบุคคลเป็นสัญชาตญาณของฝูงชน

ในที่สุดความทุกข์ทรมานก็เกิดขึ้นกับทั้งชาติ

# 35.บังคลาเทศกำลังถูกเผาไหม้

บังคลาเทศกำลังลุกไหม้เพราะความขัดแย้งของตนเอง

การฆ่าพลเมืองของตนเองสะท้อนถึงยุคยุคกลาง

บังคลาเทศกำลังลุกไหม้เพราะประชาชนไม่ยอมรับผู้อื่น

ในการยุยงให้เกิดความรุนแรง บทบาทของศาสนาก็มีความเกี่ยวข้องเช่นกัน

พวกเขาฆ่าเพื่อนบ้านของพวกเขาในนามของผู้ทรงอำนาจทุกประการ

แม้จะมีสิ่งที่เรียกว่าวัฒนธรรมและมรดกของชาวเบงกอลก็ตาม

จากความโหดร้ายของการสังหาร ข้อความที่ชัดเจนคือ...

จะไม่อนุญาตให้มีความเชื่อหรือความคิดอื่นใด

ต้องปฏิบัติตามแนวทางของคำสอนทางศาสนาของมุลละห์

การทำลายทรัพย์สินของชาติจะส่งผลเสียตามมา

บังคลาเทศที่ยากจนอยู่แล้วจะก้าวไปสู่ด้านลบมากขึ้น

บังคลาเทศอยู่ในภาวะยากจนและประชากรเพิ่มสูงขึ้น

ความรุนแรงและความผันผวนในปัจจุบันผลักดันให้บังคลาเทศเผชิญหายนะ

# 36.ร้อยกรัมก็สำคัญ

บางครั้งร้อยกรัมก็สำคัญกว่า

ในร้านอาจหนักกว่าร้อยกิโลกรัมได้

คุณอาจสูญเสียเหรียญทองและความโด่งดัง

คุณอาจไม่ได้รับอนุญาตให้เข้าสู่สังเวียนเพื่อต่อสู้

ดังนั้นพยายามรักษาน้ำหนักตัวให้เหมาะสมอยู่เสมอ

น้ำหนักขึ้นง่ายโดยที่ไม่รู้ตัว

แต่ยากที่จะลดได้แม้จะเดินมาหลายสัปดาห์แล้ว

น้ำหนักตัวเป็นสิ่งสำคัญต่อการดำรงชีวิตอย่างมีสุขภาพดี

โรคอ้วนสามารถทำลายชีวิตของคุณได้ คุณต้องการที่จะใช้ชีวิตแบบอิสระ

รับประทานอาหารให้มากที่สุดเพื่อสุขภาพที่ดีเป็นเรื่องเก่าไปแล้ว

# 37.อย่ากังวลแม้ว่าคุณจะไม่สามารถคว้าเหรียญทองได้

ในเกมคุณอาจเป็นผู้เล่นตัวเต็งอันดับต้นๆ

เพื่อความสำเร็จของคุณ ผู้คนนับล้านอาจสวดอธิษฐาน

แต่โอลิมปิกเป็นการแข่งขันที่มีหลายระดับ

คุณไม่รู้ว่าม้ามืดมาจากไหน

และทำให้คุณเสียความพยายามและเกมของคุณไปหลายปี

หากไม่ได้เหรียญใดๆ ก็จะกลายเป็นคนขาเป๋

ผลงานของคุณอาจไม่เหมือนกันตลอดทั้งปี

แม้ในช่วงเดือน สัปดาห์ หรือระหว่างวัน

ใครจะคว้าเหรียญทองได้แม้แต่โหรยังบอกไม่ได้

ถึงจะอยู่ในแข่งขันก็ยังเป็นแสงทอง

# 38.คุณต้องการอิฐ

การจะสร้างปราสาทคุณต้องใช้อิฐ

การทำอิฐต้องใช้ดินเพียงเล็กน้อย

เพื่อรวบรวมดินจำนวนน้อย คุณต้องใช้เวลา

เวลาคือทรัพยากรฟรีขั้นสูงสุดของคุณ

ทุกวินาที ชั่วโมง วัน และเดือน มีความสำคัญ

วิธีที่คุณใช้ทรัพยากรของคุณมีความเกี่ยวข้อง

ถึงคิดว่าจะซื้ออิฐจากตลาดได้

ถ้าไม่มีเงินก็ไม่มีใครเติมตะกร้าของคุณได้

เงินไม่เคยได้มาฟรีๆ ต้องใช้เวลา

ดังนั้นการใช้เวลาของคุณจึงเป็นสิ่งสำคัญเสมอ

กรุงโรมไม่ได้สร้างเสร็จในวันเดียว และบ้านที่คุณอาศัยอยู่ก็เช่นกัน

สำหรับงานก่อสร้างคุณพ่อของคุณเคยให้เวลาเยอะมาก

หากคุณสร้างปราสาทไม่ได้จนกว่าจะตาย

มันเป็นความผิดของคุณที่เมื่อคุณมีเวลา คุณกลับไม่ได้สร้างอิฐขึ้นมา

# 39.อิสรภาพคืออะไร

ความหมายของอิสรภาพนั้นยากเกินกว่าจะเข้าใจ

ความปลอดภัยในชีวิตและทรัพย์สินเพียงอย่างเดียวไม่ใช่เสรีภาพในความหมายที่แท้จริง

เสรีภาพในการพูดและสิทธิในการลงคะแนนเสียงยังไม่เพียงพอ

แม้แต่ในประเทศที่เป็นเอกราช ชีวิตก็ยังยากลำบากสำหรับคนส่วนใหญ่

ความไม่สงบทางสังคมทำให้ชีวิตคนธรรมดาต้องลำบากมาก

การดิ้นรนเพื่ออาหาร เสื้อผ้า และที่อยู่อาศัยเป็นกระบวนการที่ไม่มีวันสิ้นสุด

การได้รับการศึกษาและการดูแลสุขภาพไม่ใช่เรื่องง่ายแม้แต่ในประเทศเสรี

แม้ว่าผู้คนจะปกป้องขอบเขตของตนเองได้สำเร็จ

ความเสมอภาคและหลักนิติธรรมในประเทศเสรีส่วนใหญ่อยู่ในหนังสือ

การล้มล้างมักจะกระทำโดยพวกโกงที่ทรงอำนาจเสมอ

อิสรภาพคืออะไรเป็นเรื่องของความรู้สึกส่วนบุคคล

เสรีภาพเป็นสิทธิแต่กำเนิดของเรา และทุกคนต่างต้องดิ้นรนเพื่อให้ได้มาซึ่งเสรีภาพนี้

# 40.ไจ ฮินด์

สโลแกนเก่าแต่ยังคงสดใหม่และตรงประเด็น

เสรีภาพทางการเมืองที่นำมาสู่อนุทวีป

สองคำนี้ยังคงเชื่อมโยงคนในประเทศนี้ไว้ด้วยกัน

ไม่ว่าอุดมการณ์ทางการเมืองและเส้นทางชีวิตของพวกเขาจะเป็นอย่างไรก็ตาม

ไจ ฮินด์ คือเป้าหมาย เราต้องชนะการแข่งขัน

แต่เรายังต้องเดินทางไกลในทุกสนาม

ความฝันชัยชนะที่แท้จริงยังคงไม่เป็นจริง

ประชาชนกว่า 80 ล้านคนยังต้องการเงินช่วยเหลือจากรัฐบาล

อินเดียไม่มีทางออกสำหรับการขจัดความยากจนให้หมดสิ้นไป

ประเทศนี้มีแต่จะเพิ่มจำนวนประชากรมากขึ้น

คนร้อยสี่สิบล้านคนไม่สามารถคว้าเหรียญทองได้

แต่ทุกวันอาจสร้างเรื่องอื้อฉาวได้นับพันเรื่อง

คุณภาพชีวิตในเมืองและหมู่บ้านอยู่ในเกณฑ์ย่ำแย่ตามมาตรฐานโลก

คนนับพันใช้ชีวิตอยู่บนท้องถนนเหมือนช่างตัดผม

สภาพของเกษตรกรที่ยากจนและด้อยโอกาสช่างน่าสมเพชยิ่งนัก

ความเหลื่อมล้ำระหว่างคนจนและคนรวยเพิ่มขึ้นทุกวัน

อัตราการว่างงานพุ่งสูงและสิ้นหวังคืออนาคตที่เราพูดได้

Jai Hind, Bande-Matorom ขอพูดว่าวันนี้เป็นวันประกาศอิสรภาพ

# 41.มีหญิงสาวอีกคนถูกข่มขืน

เธอถูกข่มขืนและฆ่าอย่างโหดร้าย

การเมืองเริ่มดุเดือดบนซากศพ

ไม่มีใครกังวลว่าทำไมการข่มขืนจึงยังคงดำเนินต่อไป

นักการเมืองทุกคนต่างก็ตอบโต้อย่างเจ้าเล่ห์จิ้งจอก

บางคนพยายามช่วยผู้ข่มขืนด้วยเหตุผลทางการเมือง

คนอื่น ๆ กำลังพยายามระเบิดเหตุการณ์โดยไม่มีทางแก้ไข

สังคมพลเมืองอยู่ในภาวะจำศีลเหมือนกุมภกรรณะ

มีแต่หมอด้วยกันเท่านั้นที่ออกมาประท้วงเพื่อหญิงสาวที่เสียชีวิต

ไม่มีใครรู้ว่าคนร้ายจะถูกดำเนินคดีหรือไม่

คนและสื่อจะลืมเหตุการณ์นี้ในไม่ช้า

สาวอีกคนจะถูกข่มขืนใต้แสงจันทร์เต็มดวง

เรื่องข่มขืนก็จะยังคงมีต่อไปตามปกติในประเทศนี้

เว้นแต่พลเมืองทุกคนจะร่วมมือกันทำลายขอบเขตทางการเมือง

# 42.การเปิดเผยที่น่าขบขัน

พระเจ้าได้ทรงเปิดเผยเรื่องราวมากมายเพียงต่อบุคคลเดียวเท่านั้น ไม่ใช่ในที่ประชุม

แต่ไม่ได้เปิดเผยว่าเขายืนอยู่บนทองคำเหลว

การค้นพบปิโตรเลียมไม่มีผู้ติดตามของเขาเปิดเผย

พระเจ้าทรงยุ่งอยู่กับการบอกว่าชายควรมีภรรยากี่คน

จากบ่อโคลน ทุกเช้ามนุษยชาติ ขอพระเจ้าช่วย

พระเจ้าโหดร้ายมากจนสั่งให้ฆ่าคนนอกศาสนาทั้งหมด

แต่พวกที่ไม่ศรัทธากลับพบเพียงสมบัติทองคำเหลวเท่านั้น

พระเจ้าไม่ได้เปิดเผยเกี่ยวกับทวีปอเมริกาเหนือและอเมริกาใต้

ความรู้อันน้อยนิดของพระเจ้าพิสูจน์แล้วโดยพระองค์ไม่ได้กล่าวถึงทวีปแอนตาร์กติกา

ในการเปิดเผยไม่มีการกล่าวถึงวิวัฒนาการของสายพันธุ์

หลังจากเวลาอันยาวนาน เกี่ยวกับการคัดเลือกตามธรรมชาติ ดาร์วินจึงตัดสินใจ

พระเจ้าในยุคกลางเปิดเผยความรู้ในสมัยนั้นเท่านั้น

เจตนาของพระเจ้าสำหรับการเปิดเผยนั้นไม่ได้เป็นวิทยาศาสตร์ แต่กลับเปล่งประกาย

บางทีพระเจ้าอาจรู้ว่ามนุษย์เป็นสิ่งมีชีวิตที่ฉลาดแต่โง่เขลา

ไม่มีประโยชน์ที่จะเปิดเผยให้เสือหรือเหยี่ยวเห็น เมื่อท้องว่าง พวกมันจะไม่ไปสวดมนต์

ในทุกแห่งของโลกรูปแบบของการเปิดเผยก็เหมือนกัน

ในสมัยก่อนมีแต่พระเจ้าเท่านั้นที่เล่นเกมแห่งการเปิดเผย

เพื่อจะเปิดเผยสิ่งใหม่ๆ ในปัจจุบันนี้พระเจ้าก็ลังเล หรือไม่ก็กลายเป็นคนขาเป๋ไป

# 43.ความสุขที่แท้จริง 4 ประการ สำหรับคนธรรมดา

เมื่อคุณมีสุขภาพดี ร่ำรวย และฉลาด คุณจะประสบความสำเร็จ

สุขภาพ ความมั่งคั่ง ภูมิปัญญา และความสำเร็จทำให้ชีวิตสวยงาม

ความสุขกลายเป็นวิถีชีวิต ไม่ใช่คลื่นไซน์

ความสุขสมบูรณ์พร้อมความสำเร็จทำให้คนใจกว้างและกล้าหาญ

คุณตระหนักถึงความสำคัญของการกุศลและการทำความดีต่อมนุษยชาติ

จุดมุ่งหมายและความหมายของชีวิตจะค้นหาได้ง่าย

สุขภาพ ความมั่งคั่ง สติปัญญา และความสำเร็จ คือสิ่งองค์ประกอบแห่งความสุขที่แท้จริง

เป็นความจริงการละทิ้งชีวิตทางวัตถุก็สามารถให้ความสุขทางใจได้เช่นกัน

แต่ความสุขจากการสละออกนั้นเป็นสมบัติที่แตกต่างอย่างสิ้นเชิง

มีเพียงฤาษีและบุคคลเช่นโคตมเท่านั้นที่สามารถมีความสุขอย่างแท้จริงผ่านเส้นทางนี้

การบรรลุความสุขสมบูรณ์โดยคนธรรมดาคนหนึ่งผ่านเส้นทางนี้ ฉันมีข้อสงสัย

พวกที่เรียกตัวเองว่าครูบาอาจารย์ยุคใหม่กำลังทำการฉ้อโกงในนามของจิตวิญญาณ

คนพวกนี้ส่วนใหญ่เป็นคนเห็นแก่ตัว ฉลาด และมีความซื่อสัตย์ที่น่าสงสัย

# 44.คุณไม่ชอบการแก่ตัว

ไม่ว่าคุณจะชอบหรือไม่ชอบก็ตาม

ไม่ว่าคุณจะสังเกตเห็นหรือไม่ก็ตาม

ไม่ว่าคุณจะอยากตายหรือไม่ก็ตาม

ทุกช่วงเวลาที่คุณเริ่มมีผมหงอก

ทุกๆวันคุณก็แก่ลง

อรุณสวัสดิ์ของคุณกำลังจะหมดลง

คุณกำลังวิ่งเข้าหาความตาย

คนเขาว่าอายุเป็นเพียงตัวเลข

ถึงตายไปวันหนึ่งเขาก็ยอมจำนน

ทำให้ทุกเช้าที่ดีเป็นคืนที่ดี

คุณแก่แล้ว พรุ่งนี้ก็จะดีเอง

ทำได้เพียงทำให้วันนี้สดใสเท่านั้น

เมื่ออายุมากขึ้นอย่าต่อสู้

พรุ่งนี้คุณอาจไม่เห็นแสงสว่าง

# 45.ทุกคนจะต้องจ่ายราคา

ฉันไม่ใช่ดอกกุหลาบ และฉันก็ไม่ใช่หนาม

ฉันไม่ใช่ผีเสื้อ และฉันก็ไม่ใช่ผึ้ง

ฉันไม่ใช่เต่าและไม่ใช่ม้า

ฉันไม่ใช่อินทรีหรือจระเข้

ฉันเป็นสิ่งมีชีวิตสองขาที่มีเอกลักษณ์เฉพาะตัว

บินไม่ได้ ว่ายน้ำก็ไม่ได้

วิ่งเร็วไม่ได้ ชีวิตสัตว์สี่เท้า

แต่ฉันสามารถคิด สร้างสรรค์ และทำสิ่งต่างๆได้ดีกว่า

การกระทำของฉัน ย่อมส่งผลต่ออนาคตของสิ่งมีชีวิตทั้งหมด

แต่ข้าพเจ้ากลับประมาทเพราะความโลภของข้าพเจ้า

ฉันทำลายต้นไม้และที่อยู่อาศัยของสัตว์โดยไม่จำเป็น

สักวันหนึ่งการกระทำอันหุนหันพลันแล่นของฉันจะนำมาซึ่งวันหายนะ

คงไม่มีใครจะเสนอวิธีแก้ปัญหาใหม่ๆ ออกมาพูด

สำหรับความผิดพลาดของฉัน ราคาที่สิ่งมีชีวิตทุกตัวต้องจ่าย

# 46.พวกเขาจะไม่ได้รับอิสรภาพหากปราศจากการต่อสู้

พวกเขาถูกปิดกั้นเสรีภาพในนามของศาสนา

พวกเขาถูกบังคับให้แต่งกายตามระเบียบอย่างเคร่งครัดในนามของประเพณี

พวกเขาไม่เคยประท้วงเพราะสมองของพวกเขาถูกชะล้างมาตั้งแต่เด็ก

ทัศนคติของพวกเขาถูกปรับให้เข้ากับความต้องการของวัยกลางคน

ถูกฆ่าอย่างโหดร้ายโดยชายชาตินิยมสุดโต่งที่เรียกร้องอิสรภาพและความเป็นอิสระ

แม้แต่ฝูงผู้หญิงของตนเองก็ไม่เคยแสดงความสามัคคีด้วย

เพราะวิสัยทัศน์ของคนส่วนใหญ่ถูกปิดบังมานาน

การให้กำเนิดบุตรและความสุขสบายแก่ชายเป็นหน้าที่เดียวของพวกเขาในโลก

การปฏิรูปจะถูกจำกัดด้วยพลังกล้ามเนื้อของโบราณวัตถุเสมอ

เหมาะสำหรับกษัตริย์ ผู้ปกครอง พ่อค้าศาสนาที่ใช้ชีวิตหรูหรา

พวกเขามีความสุขกับฮาเร็มของพวกเขาในทะเลทรายและมีภรรยาเพียงไม่กี่คน

# 47.การโฆษณาชวนเชื่อเท็จของลัทธิ

สมาชิกลัทธิพันล้านไม่มีใครประณามลาเดนและฮาฟิซ

ไม่มีใครประณามการสังหารหมู่ชาวอิสราเอลผู้บริสุทธิ์

อย่างไรก็ตาม บางคนอ้างว่าลัทธินี้กำลังทำงานเพื่อสันติภาพโลก

เพื่อล้างศรัทธาอื่น ๆ ทั้งหมดพวกเขาอยู่ในการแข่งขันอย่างต่อเนื่อง

สิ่งที่ท่านศาสดาบอกไว้ไม่สามารถเปลี่ยนแปลงได้แม้แต่เส้นผมที่บาง

ดังที่ศาสดาได้กล่าวไว้ การสังหารชาวอิสราเอลผู้บริสุทธิ์เป็นสิ่งที่ยุติธรรมและเป็นธรรม

แต่พวกเขาลืมกฎข้อที่สามของนิวตันเกี่ยวกับปฏิกิริยาที่เท่ากันและตรงกันข้าม

ผู้นำลัทธิต้องรับผิดชอบต่อสิ่งที่เกิดขึ้นในฉนวนกาซา

เพื่อป้องกันตัวเอง พวกยิวจึงทำลายอุโมงค์

และพวกลัทธิจากทั่วโลกก็พูดว่าชาวยิวโหดร้าย

ท่านไม่เคยประณามความรุนแรงจากลัทธิ แต่กลับเฉลิมฉลอง

เมื่อคุณเผชิญกับความรุนแรงตอบโต้ คุณก็รวมตัวกันเพื่อโฆษณาชวนเชื่อเท็จ

# 48.ครูไม่มีศาสนา

เงินไม่มีวรรณะ ศาสนา สีผิว และศาสนา

ครูต้องมีตำแหน่งเดียวกันในโรงเรียน

ความเป็นครูควรอยู่เหนือขอบเขตทางสังคม

โดยเฉพาะครูผู้สอนในประเทศยุคใหม่ที่ไร้ศาสนา

ศาสนาไม่ควรเป็นศูนย์กลางของการศึกษา

วิทยาศาสตร์ เทคโนโลยี จริยธรรม ค่านิยม ควรได้รับตำแหน่งที่สูงขึ้น

ศาสนาสามารถแบ่งแยกผู้คนได้อย่างง่ายดายเพียงเพราะศรัทธาอันมืดบอด

ครูสามารถรวมทุกคนให้ก้าวข้ามตำนานที่ไม่เป็นวิทยาศาสตร์ได้

อินเตอร์เน็ต คอมพิวเตอร์ สมาร์ทโฟน ปัญญาประดิษฐ์ อยู่เหนือข้อจำกัดทางศาสนา

สำหรับเทคโนโลยีทั้งหมด ครูคือผู้ให้บริการสากล

ยุโรปและอเมริกาเป็นประเทศที่ก้าวหน้าไม่เกี่ยวกับการสอนศาสนา

แต่ด้วยวิทยาศาสตร์และเทคโนโลยี ผู้คนกำลังผสานรวม

วัฒนธรรมความคิดแบบวิทยาศาสตร์ มีแต่ครูเท่านั้นที่เผยแผ่

# 49.ความเสื่อมของวิชาชีพครู

ครูเป็นส่วนหนึ่งของระบบนิเวศทางสังคม

ดังนั้นศีลธรรมและจริยธรรมก็ละทิ้งไป

การสอนในปัจจุบันก็เหมือนกับอาชีพอื่นๆ

สิ่งนี้ส่งผลให้เกิดการเสื่อมถอยของระบบคุณค่า

แนวคิดหลักของวิชาชีพครูในด้านการเจือจาง

ไม่มีทางแก้ไขเพื่อสร้างความรุ่งโรจน์ในการสอนแบบเก่าได้

ครูผู้ไม่มีคุณธรรมไม่มีอยู่อีกต่อไป

เพื่อรักษาคุณค่าของระบบ ความพยายามของครูเพียงไม่กี่คนไม่คงอยู่ต่อไป

ครูไม่ใช่ต้นแบบสำหรับคนรุ่นใหม่อีกต่อไป

พวกเขาใส่ซอฟต์แวร์ อินเทอร์เน็ต และ AI ไว้ในสำนวนเดียวกัน

การขายวุฒิและใบรับรองเป็นเรื่องปกติในประเทศ

สถาบันกวดวิชาปฏิบัติต่อนักเรียนเหมือนสัตว์ปีกที่กำลังวางไข่

ครูสามารถถูกติดสินบนได้ง่าย ต่างจากเครื่องจักรที่ควบคุมด้วย AI

ครูส่วนใหญ่ไม่สนใจที่จะพัฒนาการเรียนรู้ของตนเอง

ความเสื่อมโทรมโดยรวมผลักดันอาชีพครูให้ถอยหลัง

ครูจะต้องทำงานเพื่อสร้างครูที่มีผลตอบแทนอันรุ่งโรจน์มาช้านานขึ้นมาใหม่

# 50.การกุศลเริ่มต้นที่บ้านสำหรับครูเช่นกัน

ครูมิใช่พระหรือพ่อค้า

พวกเขาไม่ใช่ผู้ขายการฝึกสอนเช่นกัน

มาตรฐานคุณธรรมของครูลดลง

ครูส่วนใหญ่ไม่ได้รับการเคารพนับถือในเมือง

พวกเขาขายมงกุฏอันรุ่งโรจน์ของตนเอง

ครูก็เป็นมนุษย์ที่ต้องการเงินเหมือนกัน

แต่เพื่อจะได้เงินก็ไม่ควรแพ้การแข่งขัน

เป็นหน้าที่ของพวกเขาเองที่จะเก็บน้ำผึ้ง

หากเคลื่อนย้ายลำบากไม่ควรเดินทาง

จริยธรรม ศีลธรรม ความซื่อสัตย์ เป็นสิ่งสำคัญในการสอนไต

ไม่มีใครสามารถฟื้นคืนความรุ่งเรืองของครูได้ พวกเขาต้องทำ

พร้อมกับพวกเขา นักเรียนนับล้านคนของพวกเขาก็จะไป

ครูต้องมีความเป็นผู้นำในการปลูกฝังคุณธรรมและจริยธรรม

สังคมโดยรวมจะสังเกตเห็นและปฏิบัติตามอย่างช้าๆ และมั่นคง

การกุศลต้องเริ่มที่บ้านก่อนที่คนอื่นจะกลืนกิน

# 51.คานธีบอกกับอิศวรว่าอัลลอฮ์ก็เหมือนกัน

พระเจ้าคืออัลลอฮ์ อัลลอฮ์คือภะกาวันและกฤษณะ

อิศวร อัลเลาะห์ ราม คือพระนามของพระเจ้าองค์เดียวกัน

สำหรับชื่อที่แตกต่างกันผู้เผยพระวจนะที่เราควรจะตำหนิ

เราไม่ทราบชื่อจริงของผู้ทรงพลังอำนาจทุกประการ

การตรวจสอบชื่อของเขาในสูติบัตรเป็นเรื่องสำคัญ

แม้แต่ข้อมูลชีวมาตรของเขายังไม่มีอยู่ในฟอสซิลหิน

เหมือนพลังงานมืดจากการขอร้องเขาจนมองไม่เห็น

พระเจ้าในร่างกายเป็นเพียงจินตนาการของจิตใจมนุษย์เท่านั้น

ต่างจากฟอสซิลไดโนเสาร์ที่ไม่มีฟอสซิลของพระเจ้าที่เราพบ

เขาอาจจะซ่อนตัวหรือหลบหนี ผลลัพธ์ก็เหมือนกัน

พวกฉ้อโกงเมื่อถูกตำรวจจับก็เล่นเกมเดียวกัน

แต่พระสงฆ์ทุกศาสนาจนถึงปัจจุบันก็ไม่สามารถติดตามพระองค์ได้

นั่นคือเหตุผลว่าทำไมจึงมีอาชญากรรม ความรุนแรง และความเกลียดชังเกิดขึ้นในนามของเขา

# 52.กลุ่มชนกลุ่มน้อย

พวกเขายึดมั่นในพระคัมภีร์โดยอ้างว่าความรู้ในอดีต ปัจจุบัน และอนาคตทั้งหมดอยู่ที่นั่น

กลุ่มอื่นปฏิเสธแนวคิดนี้และยอมรับกฎแห่งการเปลี่ยนแปลงว่ายุติธรรม

กลุ่มชนกลุ่มน้อยถูกดำเนินคดีในข้อหาไม่ศรัทธาและไม่ซื่อสัตย์

พวกนอกรีตส่วนใหญ่ถูกขับไล่ออกจากทะเลทรายและบ้านเกิดเมืองนอนของพวกเขา

แต่ความจริงที่พวกเขาเชื่อมานานหลายร้อยปีพวกเขาปกป้อง

ผู้ศรัทธาใช้ดาบเพื่อเปลี่ยนทัศนคติและความคิดทั่วโลก

การทำลายล้างและการฆ่าล้างเผ่าพันธุ์เกิดขึ้นมากมายในหลายประเทศและหลายศาสนา

แนวคิดของหนังสือเล่มหนึ่งบรรจุความรู้ทุกอย่างของจักรวาลที่ขายอย่างแข็งขัน

ประวัติศาสตร์แห่งความทุกข์ยากและความทุกข์ทรมานของกลุ่มเล็กๆ
ที่เชื่อในการเปลี่ยนแปลงยังคงไม่ได้รับการบอกเล่า

ด้วยวิทยาศาสตร์และเทคโนโลยี กลุ่มเล็กๆ จึงมีอำนาจที่จะต่อต้านความเชื่อดั้งเดิมได้

ที่น่าแปลกใจคือ
ชุมชนโลกกลับห่างเหินเพราะกลัวการโจมตีฆ่าตัวตายจากผู้เล่นที่ไม่ยอมรับความคิดเห็นอื่น

# 53.เทคโนโลยีเพื่อวันพรุ่งนี้ที่ดีกว่า

เทคโนโลยีล้มเหลวในการขจัดความยากจนและความหิวโหย

การผลิตอาวุธนิวเคลียร์นับพันชิ้นเป็นความผิดพลาด

เทคโนโลยีใหม่ถูกคิดค้นขึ้นเพื่อฆ่าคนบริสุทธิ์

การฆ่าคนที่ไม่มีอาวุธโดยใช้เทคโนโลยีเป็นเรื่องง่าย

เนื่องจากเทคโนโลยีมีน้ำหนักเกิน อารยธรรมอาจพังทลายได้

แต่ถ้าไม่มีเทคโนโลยี เราก็คงอยู่ในยุคมืด

สิ่งประดิษฐ์ใหม่ๆ ในโลกทุกครั้งจะเปิดหน้าใหม่เสมอ

การที่เราใช้เทคโนโลยีอย่างไรนั้นขึ้นอยู่กับทางเลือกของมนุษย์

การใช้เทคโนโลยีการสื่อสารเพื่อการฆ่า ประเทศต่างๆ จะต้องยับยั้งชั่งใจ

เทคโนโลยีไฟ ล้อ คอมพิวเตอร์ เพื่อวันพรุ่งนี้ที่ดีกว่าเสมอ

การใช้เทคโนโลยีอย่างผิดวัตถุประสงค์เพื่อผิดจริยธรรมนำมาซึ่งความเศร้าโศก

# 54.ดีกว่าที่จะไม่ได้อยู่ในกล่องดำ

อย่าไปติดอยู่ในกรอบดำของศาสนาแบบมาตรฐานจะดีกว่า

ศาสนาฮินดู คริสต์ อิสลาม และพุทธ มีความเห็นเหมือนกัน

ทั้งหมดพัฒนาด้วยสมมติฐานและความประพฤติของพระเจ้าแบบเดียวกัน

สังคมโลกที่วุ่นวายในปัจจุบันคือผลผลิตของพวกเขา

แทนที่จะทำงานร่วมกันเพื่อมนุษยชาติและอาณาจักรแห่งชีวิต

ศาสนาทะเลาะกันเองเพื่อขยายอาณาเขตศักดินาของตน

ด้วยจิตวิญญาณที่แท้จริงและความเป็นพี่น้องกันเพื่อมวลมนุษยชาติพวกเขาทำงานกันน้อยมาก

ปล่อยให้คนรุ่นใหม่คิดนอกกรอบเพื่อเส้นทางใหม่

การบูรณาการศาสนาผ่านความคิดที่เปิดกว้างเป็นคณิตศาสตร์ใหม่

ภายในกล่องด้านหลัง ผู้ศรัทธาจะยึดมั่นในศาสนาของตนให้ดีที่สุด

แนวคิดใหม่ๆ ที่ทันสมัยพร้อมเทคโนโลยีจะไม่มีโอกาสได้รับการทดสอบ

# 55.ที่ซึ่งจิตใจเต็มไปด้วยความหวาดกลัว

ในทุกย่างก้าวของชีวิต จิตใจของฉันเต็มไปด้วยความกลัว

ในโลกนี้ที่มีแต่คนเคร่งศาสนาไม่มีใครเป็นที่รัก

ฉันกลัวการเดินคนเดียวแม้กระทั่งตอนกลางวัน

ไม่ว่าเวลาใด ที่ไหน ฉันอาจถูกปล้นระหว่างทางได้

ใครสักคนจะลองมือถือฉัน ใครสักคนจะลองสร้อยทองของฉัน

ฉันไม่ปลอดภัยแม้จะอยู่ใต้ร่มตอนฝนตก

ไม่พูดถึงการเดินทางด้วยรถไฟแบบนอนชั้นหนึ่ง

การเดินคนเดียวในป่าทำให้ฉันกลัวมนุษย์มากกว่า

โฮโมเซเปียนส์อาจปรากฏตัวขึ้นอย่างกะทันหัน ฉันได้ช่วยตัวเองแล้วหากฉันทำได้

ตอนกลางคืนผมนึกไม่ออกว่าจะเดินคนเดียวตอนเที่ยงคืนได้อย่างไร

เว้นแต่ว่าฉันจะมีอาวุธไว้ช่วยตัวเองและต่อสู้

แม้แต่ในเมืองนิวยอร์ค ตอนกลางคืน อำนาจก็ยังถูกต้อง

เพศที่ยุติธรรมอาจถูกล่วงละเมิดหรือคุกคามจากคนแปลกหน้าได้

การเดินทางในเวลากลางคืนแม้จะใช้จักรยานก็อาจเกิดอันตรายได้

คนส่วนใหญ่ในโลกอาศัยอยู่ภายใต้ขอบเขตทางศาสนา

แต่ในความเป็นจริงและพฤติกรรมของแม้แต่ผู้ที่เรียกตัวเองว่าพระสงฆ์ก็ยังลังเล

แม้แต่ในประเทศโลกที่สามที่มีศาสนา อาหารก็ไม่ปลอดภัย

การปลอมปนและการหลอกลวงผู้คน เจ้าของร้านทุกคนต่างก็หงุดหงิด

เงินของฉันไม่ปลอดภัยแม้แต่ในธนาคาร ฉันจะพกเงินสดได้อย่างไร

การฉ้อโกงบัตรเครดิตที่เกิดขึ้นกับฉัน ยังคงสดชัดอยู่ในใจฉัน

จิตใจของฉันก็เต็มไปด้วยความกลัวในฝูงชนที่งาน Kumbh mela เช่นกัน

ผมขอเลือกที่จะไม่ไปเที่ยววัดดีกว่า และคิดคนเดียวตามสบายดีกว่า

# 56.เมืองกูวาฮาติกำลังถูกไฟไหม้

(บันทึกสูงสุดเดือนกันยายน เมื่อวันที่ 23/09/2567)

เมืองกูวาฮาติกำลังถูกไฟไหม้ในช่วงฤดูใบไม้ผลิในเดือนกันยายน

หยดน้ำค้างบนหญ้าเรายังจำได้

หลังจากประสบกับความเดือดร้อนจากน้ำท่วมฉับพลันและพายุฝุ่น

ตอนนี้ที่ 40 องศา น้ำในเมืองกูวาฮาติอุ่นเกินไป

ดอกมะลิขาวก็หายไปจากเมืองแล้ว

สำหรับคนเมืองธรรมชาติกำลังแสดงความสงสาร

เมืองกูวาฮาติเป็นเมืองที่มีมลพิษและไม่น่าอยู่อาศัยอีกต่อไป

การที่ประชากรในเมืองเพิ่มมากขึ้นนั้นไม่สามารถทำได้อีกต่อไป

ความร้อนที่รุนแรงอาจทำให้อุณหภูมิผันผวน

ในช่วงฤดูหนาวที่อากาศหนาวเกินไป หลายๆ คนอาจเกิดสถานการณ์แปลกๆ ขึ้น

ขณะนี้เมืองกูวาฮาติกำลังเผชิญกับความร้อนจัด

เมืองกูวาฮาติอันเป็นที่รักของเราในศตวรรษที่ 20 จะออมเงินอย่างไร?

# 57.คลื่นความร้อน

ธรรมชาติเริ่มแสดงตัวออกมาให้เห็นแล้ว

มนุษย์ต้องขอโทษด้วยการกล่าวคำขอโทษ

อุณหภูมิเพิ่มสูงขึ้นทุกปี

แต่สำหรับการทำลายล้างมนุษย์ก็ไม่กลัว

สำหรับมนุษย์ป่าคอนกรีตเป็นสิ่งที่รัก

ประชาชนทุกคนต้องการที่อยู่อาศัย

การตัดต้นไม้ไม่เคยได้รับการต่อต้าน

มนุษย์ทำลายสมดุลทางนิเวศน์อย่างเลวร้าย

สำหรับสิ่งมีชีวิตอื่น แม่ธรรมชาติกำลังรำคาญแล้ว

น้ำท่วมฉับพลันในทะเลทรายที่ครั้งหนึ่งเคยไม่น่าเชื่อ

สำหรับธรรมชาติแล้วการผลักดันรถยนต์ให้เหมือนกับการผลักดันเรือกระดาษนั้นเป็นไปได้

มนุษย์สามารถทำลายธรรมชาติได้ ตัดภูเขา สร้างเขื่อนเพื่อความสะดวกสบาย

เพื่อสร้างสมดุลให้กับพลังทำลายล้างของตนเองตามธรรมชาติ

# 58.เรามาอธิษฐานเพื่อหยุดภาวะโลกร้อนกันเถอะ

ตอนเด็กๆ เรามักจะอธิษฐานขอฝนจากพระเจ้า

สมมติฐานของพระเจ้าสอนเราว่าความปรารถนาของพระเจ้าเป็นสิ่งสำคัญที่สุด

ตะโกนไปทั่วทุกบ้าน รถไฟสมมติฐานของพระเจ้า

หากฝนตกลงมา เครดิตต้องยกให้กับพระเจ้า

แต่ถ้าฝนไม่ตกคนก็ลืมไปเงียบๆ

ตามสมมติฐานของพระเจ้า เขาเป็นผู้รับผิดชอบต่อภาวะโลกร้อน

เขากำกับดูแลสิ่งแวดล้อมและนิเวศวิทยาเพื่อการเปลี่ยนแปลงอย่างรวดเร็ว

แทนที่จะตำหนิการพัฒนาเพราะเป็นความปรารถนาของพระเจ้า

เพื่อหยุดภาวะโลกร้อน เราควรสวดภาวนาต่อพระองค์ภายใต้ดวงอาทิตย์

เขารู้เพียงแผนการของเขาเกี่ยวกับมนุษย์และโลก

ในโลกนี้สิ่งต่างๆจะเป็นไปตามความปรารถนาและการวางแผนของเขา

เส้นทางที่จะสนองความต้องการของเขา คงจะได้มีคำบอกเล่าจากศาสดาบางท่านแล้ว

# 59.สร้างความคิดเห็นใหม่

เราปลอดภัยในบ้านของเราไม่ใช่เพราะศาสนาที่เก่าแก่

เราไม่มีความปลอดภัยเพราะหลักศาสนาและจริยธรรม

เราก็ไม่ปลอดภัยเพราะพระผู้ทรงอำนาจยิ่งใหญ่

เราปลอดภัยเพราะกฎหมายที่ร่างขึ้นโดยสาธารณรัฐ

ทรัพย์สินของเราได้รับการคุ้มครองไม่ใช่เพราะกลัวพระเจ้าหรือการลงโทษของพระองค์

แต่ชีวิตและทรัพย์สินของเราได้รับการคุ้มครองเพราะกลัวตำรวจ

เลิกตำรวจและทหารสักสองสามวันแล้วดูผลลัพธ์

ทุกแห่งจะมีการปล้น ฆ่า และมือบที่ก่อความวุ่นวาย

แม้แต่คนที่เคร่งศาสนาที่สุดก็จะถูกปล้นได้ทุกเมื่อ

ความเกรงกลัวต่อพระเจ้าและคุณค่าทางศาสนาไม่มีอยู่ในทุกวันนี้

เพราะเกรงกลัวมนุษย์ พระเจ้าอาจซ่อนอยู่ที่ไหนสักแห่ง

นอกจากสมมติฐานของพระเจ้าแล้ว ลัทธิคอมมิวนิสต์ก็ล้มเหลวเช่นกัน

ประชาธิปไตยในประเทศศาสนาส่วนใหญ่ล้มเหลว

วิธีแก้ปัญหาเดียวคือสมมติฐานใหม่ที่มีวิสัยทัศน์นอกกรอบ

เพื่อสิ่งนี้ในกลุ่มคนรุ่นใหม่ เราต้องสร้างความคิดเห็น

# 60.การวิเคราะห์สาเหตุที่แท้จริง

ผู้คนไม่ชอบการวิเคราะห์สาเหตุที่แท้จริง

เพราะมันจะทำให้ความจริงปรากฏออกมาเสมอ

ความจริงในกรณีส่วนใหญ่มักจะโหดร้ายและขมขื่น

มันทำลายรถเข็นแอปเปิลของสุภาพบุรุษที่สวมหน้ากาก

บุรุษหลายคนออกมาเปิดเผยต่อสาธารณชน

มีเสียงโห่ร้องในการค้นหาความเป็นจริง

แต่ทุกเวลาทุกแห่งความจริงก็ยังคงโดดเดี่ยว

ทุกภาคส่วนของสังคมต้องการฝังความจริงด้วยเหตุผลของตนเอง

ในที่สุดความจริงก็ถูกผลักไปข้างหลังม่านในฐานะการทรยศ

ความจริงที่เปิดเผยทันทีมีคุณค่าในตัวของความยุติธรรม

หลังจากผ่านไปหลายปี มันก็ยังมีค่าที่จะพูดคุย ไม่จำเป็นต้องสังเกต

# 61.ไม่มีใครสามารถปิดปากความจริงได้

คุณไม่สามารถปิดปากความจริงได้โดยการปิดกั้นในสื่อดิจิทัล

คุณไม่สามารถฝังดวงอาทิตย์ไว้ในสระน้ำโคลนได้

โลกได้พบเห็นความหายนะมากมาย

นี่คือเวลาที่เราพูดอย่างยุติธรรมและปล่อยให้ความจริงระเบิดออกมา

ในศตวรรษที่ 21 คนส่วนใหญ่รู้ความจริง

แต่จิตสำนึกของพวกเขากลับหลงผิดและเดินผิดทาง

ถ้าคนฉลาดไม่ออกมาพูด

สำหรับมนุษยชาติ การทำลายล้างจะเป็นรางวัล

ฉันจะบอกจอบว่าจอบ และบอกโจรว่าโจรเสมอ

ถึงแม้จะอยู่ท่ามกลางสังคมปลอมๆ แต่ก็สร้างความเสียหาย

ถอดแว่นตาสียุคกลางของคุณออก

ลองเขียนประวัติศาสตร์โลกสมัยใหม่เป็นหน้าใหม่

เมื่อคุณอยู่นอกกล่องดำและอยู่ไกลออกไปในขอบฟ้า

คุณไม่ได้ไปบล็อคชาวเน็ตที่พูดความจริงนะ

# 62.แบ่งปันผลงานของคุณ

DNA ของมนุษย์พัฒนามาเป็นปอนด์ๆ เพนนีโง่เขลา

นั่นเป็นเหตุผลว่าทำไมบางครั้งผู้คนถึงมีทัศนคติแย่ๆ และบางครั้งก็มีทัศนคติเชิงบวก

ความคิดแบบสงครามฝังอยู่ในรหัส DNA เพื่อดำเนินต่อไป

ในยุคสมัยและอารยธรรมเปลี่ยนแปลงเพียงสถานที่ทำสงครามเท่านั้น

หากไม่มีสงคราม อารยธรรมก็ไม่สามารถก้าวหน้าได้เนื่องมาจากความคิดของมนุษย์

ความสามารถในการทำสงครามและเทคโนโลยีที่มนุษย์ต้องทดสอบ

จากธนูและลูกศรสู่ดาบ ความก้าวหน้าเป็นไปอย่างเชื่องช้า

ด้วยการประดิษฐ์ปืนและกระสุนในสนามรบจึงเกิดแสงเรืองรอง

อาวุธนิวเคลียร์แสดงอานุภาพในสงครามโลกครั้งที่สอง

ไม่มีใครรู้เกี่ยวกับสงครามโลกครั้งที่สามและมันเกิดขึ้นไกลแค่ไหน

รถพ่วงเล็ก ๆ ของสงครามจะดำเนินต่อไปเสมอที่นี่และที่นั่น

เพื่อสันติภาพและความเป็นพี่น้องกัน โปรดพยายามแบ่งปันความช่วยเหลือของคุณ

# 63.ความโหดร้ายเดือนตุลาคม

บางคนมุ่งความสนใจไปที่หนังสือหนึ่งเล่มเพื่อหาความรู้

การเปลี่ยนแปลงของเทคโนโลยีและวิวัฒนาการที่คนอื่นยอมรับ

ผลลัพธ์ตอนนี้แตกต่างไปจากสมัยยุคกลางโดยสิ้นเชิง

ขอขอบคุณอัลลอฮ์ที่ทรงให้ดวงอาทิตย์อยู่ใต้โคลนและไม่มีรังสีสำหรับพวกเขา

ด้วยเทคโนโลยีที่ยืมมาพวกเขายังคงก้าวร้าวต่อไป

การทำลายกระดูกสันหลังด้วยเทคโนโลยีสมัยใหม่คือทางออก

ภายใต้แรงกดดันจากผู้อื่นไม่ควรมีการเจือจาง

โลกต้องการกำจัดผู้ก่อการร้ายให้หมดสิ้น

ประเทศที่ไม่ได้รับผลกระทบจะเรียกร้องให้เกิดสันติภาพและความสงบสุข

แต่ประเทศส่วนใหญ่กลับนิ่งเงียบในช่วงที่เกิดเหตุการณ์โหดร้ายในเดือนตุลาคม

# 64.สิ่งดี ๆ ที่เกิดขึ้นกับมนุษยชาติ

จากโลก อิสราเอลได้กำจัดองค์ประกอบที่ไม่ดีออกไป

บางประเทศยังคงนิ่งเงียบ ไม่แสดงความชื่นชมต่อความกล้าหาญของพวกเขา

เพราะชาวยิวผู้กล้าหาญ โลกจึงสามารถหลับสบายได้

งานอันยอดเยี่ยมของวีรบุรุษชาวอิสราเอลจะพิสูจน์เวลา

พวกก่อการร้ายที่เหลือก็อิสราเอลควรฆ่าด้วย

กองทัพอิสราเอลควรดำเนินการฝึกซ้อมรบต่อไป

อินเดียควรช่วยเหลือพวกเขาด้วยวัสดุและทักษะ

DNA ที่ผิดรูปของคนออร์โธดอกซ์ไม่เคยเปลี่ยนแปลง

ดังนั้นมนุษยชาติจึงต้องจัดการ โดยการโจมตีทางอากาศและสงคราม

# 65.ขอบคุณพระเจ้า

ขอบพระคุณพระเจ้า อัลเลาะห์ หรือพระนามอื่นใดก็ตามที่ผู้คนเรียก

คราวนี้ในประเทศตะวันออกกลาง ปฏิกิริยาของคุณก็เล็กน้อย

เมื่อหนึ่งพันหกร้อยปีก่อน คุณไม่เคยพยายามที่จะปกป้องชาวยิวเลย

แม้แต่ในช่วงสงครามโลกครั้งที่สอง คุณก็ไม่เคยได้ยินเสียงร้องและเสียงตะโกนของพวกเขา

ในปัจจุบันทั่วโลกมีจำนวนน้อยมาก

แต่เพื่อความอยู่รอดพวกเขาจึงเลือกทางของตนเองและไม่พลาดการโทร

พวกเขาจะไม่ทำผิดพลาดซ้ำรอยเดิมอีกต่อไป

หากพวกเขากระทำเช่นนั้น พวกเขาก็จะไม่สามารถรักษาเอกลักษณ์ของตนเอาไว้ได้

ขอบคุณพระเจ้าที่ไม่เข้าข้างคนใจร้าย

ชาวยิวเข้าใจแล้วว่าการรุกเป็นการป้องกันที่ดีที่สุด กฎของคุณก็ง่ายๆ แค่นี้เอง

# 66.เลบานอนเป็นประเทศที่มีอำนาจอธิปไตยหรือไม่?

เลบานอนเป็นประเทศที่มีอำนาจอธิปไตยหรือหุ่นเชิดของกลุ่มก่อการร้าย

จากเลบานอนต่อต้านกลุ่มก่อการร้ายไม่มีการต่อต้าน

อิสราเอลถูกพวกก่อการร้ายบังคับให้ทำสงครามโดยไม่มีเหตุผล

เลบานอนควรดำเนินการเชิงรุกเพื่อหาทางแก้ไขปัญหาอย่างถาวร

เลบานอนควรผลักดันกลุ่มก่อการร้ายกลับด้วยข้อตกลงกับอิสราเอล

แล้วจะมีเพียงแค่ความเป็นไปได้ของสันติภาพถาวรเท่านั้น

ทางออกเดียวคือการปลดอาวุธของกลุ่มก่อการร้ายในฉนวนกาซาและเลบานอนให้หมดสิ้น

ประเทศอาหรับควรหยุดการใช้อาวุธทุกชนิดทันที

อเมริกาทำสิ่งที่ถูกต้องในการสนับสนุนอิสราเอลอย่างสุดหัวใจ

ให้ประธานาธิบดีคนใหม่ของอเมริกาเข้ามาแก้ไขปัญหาด้วยตัวเอง

# 67. ทันใดนั้น

มนุษย์เมื่อตายก็ย่อมหายไปตลอดกาล

ไม่เคยมีใครกลับมาจากสวรรค์หรือจากนรกเลย

ไม่ว่าจะเป็นพระราม พระพุทธ พระเยซู หรือพระมุฮัมหมัด

ความตายคือจุดสิ้นสุด ไม่ว่าคุณจะมีพลังมากเพียงใดก็ตาม

ถึงจะทุ่มเงินเป็นพันล้านก็ไม่มีใครกลับมามีหุ่นเหมือนเดิมได้

การเกิดใหม่ วิญญาณ และการจุติ ล้วนเป็นเพียงตำนานและความเชื่อ

เชื่อมโยงกับสมองของเราด้วยปัจจัยด้านสิ่งแวดล้อมและการศึกษา

ทุกคนตายด้วยความหวังว่าจะได้สวรรค์และเกิดใหม่

แม้จะรู้สถิติที่ผ่านมามีผู้เสียชีวิตเป็นพันล้านรายแล้วก็ตาม

ในสวรรค์อันลวงตาและการเกิดใหม่ มีคนมากมายที่สูญเสียชีวิตนี้ไป

อย่าไปปอยู่ในโลกแห่งจินตนาการแห่งการเกิดและสวรรค์

ความจริงเกี่ยวกับความตายมีอยู่ประการเดียวคือ มันมาอย่างกะทันหัน

# 68.ฉันเป็นศูนย์กลางจักรวาลสำหรับฉัน

ฉันคือโปรตอน นิวตรอน และอิเล็กตรอนที่นักวิทยาศาสตร์ค้นพบ

ฉันเป็นธาตุคาร์บอน ออกซิเจน ไฮโดรเจน และไนโตรเจน

ฉันถูกสร้างขึ้นจากสิ่งต่างๆ เหล่านี้ที่มีอยู่ในจักรวาล

ฉันคือสสาร ฉันคือพลังงานและความเป็นคู่ในธรรมชาติ

แต่ฉันไม่ได้เป็นเพียงแค่กลุ่มของอนุภาคพื้นฐานเท่านั้น

ฉันมีจิตใจและความรู้สึกตัวที่เป็นเอกลักษณ์เฉพาะตัว

ฉันจึงเป็นอนุภาคพื้นฐานแต่ฉันแตกต่าง

ในจักรวาลอันไร้ขอบเขต สำหรับฉัน ฉันคือศูนย์กลาง

ฉันเป็นผู้สังเกตการณ์สำหรับฉัน และถ้าไม่มีฉันก็ไม่มีจักรวาลอยู่

แต่ฉันยังคงปกครองโดยกฎธรรมชาติและหลักความไม่แน่นอน

ฟังก์ชันคลื่นหรือวัตถุของฉันอาจพังทลายลงได้ทุกเมื่อ

# 69.สันติภาพผ่านระบบอัตโนมัติ

เพื่อสันติภาพโลกผ่านระบบอัตโนมัติ ชายคนหนึ่งกำลังดิ้นรน

เทคโนโลยีอัตโนมัติที่ดีกว่าที่ไม่มีใครเสนอ

พระองค์ทรงนำฝนมาสู่ทะเลทรายอาหรับและบนแผ่นดินแห้ง

พืชและสมุนไพรมากมายในทะเลทรายตอนนี้กลายเป็นทราย

ด้วยกองทัพอิสราเอลและเนทันยาฮู ทุกคนต้องยืนหยัด

ธรรมชาติได้สร้างระบบอัตโนมัติมาเป็นเวลาหลายล้านปีผ่านวิวัฒนาการ

สำหรับการทำงานอัตโนมัติของสมองมนุษย์ ธรรมชาติจะให้คำตอบ

หากไม่มีสันติภาพ กระบวนการอัตโนมัติจะช้าลง

หากสงครามสิ้นสุดลง อารยธรรมจะรุ่งเรือง

มิฉะนั้น อัตโนมัติ สงครามโลกครั้งที่สามจะมาถึง

แม้จะมีระบบอัตโนมัติที่ดีที่สุด การทำลายล้างก็จะไม่ช้า

# 70.อาณาจักรแห่งกาลเวลา

อดีต ปัจจุบัน และอนาคตปรากฏพร้อมกันในโลกควอนตัม

ขอบฟ้าเหตุการณ์ทั้งสามที่เกิดขึ้นอย่างต่อเนื่องโดยไม่มีการต่อเนื่องเกิดขึ้น

คงจะแปลกใจไม่น้อยที่เห็นเราเกิดและแม่ต้องทนทุกข์ทรมาน

ตลกดีที่รู้ว่ามีใครบ้างที่ร่วมขบวนศพของเราก่อนที่เราจะเสียชีวิต

แม้ว่าผู้คนอาจไม่สามารถเปลี่ยนแปลงเหตุการณ์ที่เกิดขึ้นในโดเมนเวลาได้

มิฉะนั้นชีวิตก็ดำรงอยู่ไม่ได้

ชีวิตของมนุษย์จะเป็นชีวิตในแดนมหัศจรรย์ที่เราไม่รู้จัก

แต่เมื่อเราตายเสียก่อนเราคงพลาดรถบัสแสนสวยนี้แน่นอน

สิ่งมีชีวิตอื่น ๆ ก็จะเป็นเพียงหุ่นเชิดและทาสเพื่อสนองความต้องการของมนุษย์

นอกจากนี้ในปัจจุบันนี้ สัตว์ต่างๆ ก็ทำกรรมอย่างเดียวกัน

พระเจ้าจะถูกขังร่วมกับแมวในกล่องเดียวกันเพื่อรู้ตำแหน่งของพระองค์

สำหรับพระเจ้า แทนที่เราจะต้องเผชิญกับความอับอาย การทำลายโลกกลับเป็นทางออกที่ดีกว่า

# 71.ผู้เขียนไม่สามารถนำความสงบสุขมาได้เพียงลำพัง

บทกวีซาตานไม่อาจนำสันติสุขมาสู่โลกได้ ผู้เขียนสูญเสียดวงตาข้างหนึ่ง

ปากกาไม่เคยทรงพลังเท่าดาบในทะเลทรายอาหรับ

พวกที่ไม่นับถือศาสนาถูกฆ่าอย่างสุ่มเพื่อสร้างอาการกลัวทางจิต

และอาณาจักรก็ขยายตัวด้วยพลังของดาบ

แต่ในที่สุดจักรวรรดิก็ไม่สามารถต้านทานความคิดใหม่ได้

เทคโนโลยีพัฒนาอย่างรวดเร็วและเกิดเหตุการณ์ฆ่าล้างเผ่าพันธุ์

แต่ผู้นำความจริงก็กลับมารวมตัวกันอีกครั้งเพื่อต่อสู้กับเหล่าคนชั่วร้าย

กลุ่มคนเล็กๆ กลุ่มหนึ่ง เมื่อถูกขับไล่ออกไป ก็ต่อสู้กับพวกหัวรุนแรง

ทุกครั้งที่ความพยายามสร้างสันติภาพถูกขัดขวาง

และประเทศเล็กๆ แห่งนี้ไม่มีทางเลือกอื่นนอกจากต้องจับกระทิงด้วยเขา

พวกเขาก็คร่ำครวญถึงการสังหารประชากรของตนด้วยกัน

ตอนนี้พวกอันธพาลต้องได้รับบทเรียนเพื่อจดจำ

ในโลกนี้ผู้นำแห่งสันติภาพจะถูกจดจำตลอดไป

# 72.อารยธรรมรุ่งเรืองและล่มสลาย

อารยธรรมรุ่งเรือง อารยธรรมล่มสลาย

เมื่อถึงเวลามันก็ร้องเรียก

อารยธรรมอาจจะใหญ่หรือเล็กก็ได้

เทคโนโลยีอาจจะซับซ้อนและสูง

แต่มันสามารถระเบิดได้เหมือนลูกบอลรัสเซีย

โลกตอนนี้เต็มไปด้วยขีปนาวุธนิวเคลียร์

ใต้ดินมีซากฟอสซิลจำนวนมาก

อารยธรรมในปัจจุบันอาจสูญสิ้นไปภายในวันเดียว

ไม่มีใครจะสามารถพูดคำพูดของตนได้

อารยธรรมใหม่จะเกิดขึ้นพร้อมกับรังสีใหม่

หลายล้านปีต่อมาสมมติฐานใหม่จะเกิดขึ้น

แต่ความเจริญของอารยธรรมนี้ก็สูญสิ้นไปตลอดกาล

สายพันธุ์ใหม่จะปรากฏขึ้นพร้อมกับวงจรและการเปลี่ยนแปลงที่แตกต่างกัน

พวกเขาจะมีดาร์วิน นิวตัน และ ไอน์สไตน์เป็นของตัวเอง

อารยธรรมมักจะมาและไปเป็นห่วงโซ่เสมอ

# 73.โบกี้เรียกร้องมนุษยชาติ

โลกเริ่มมองข้ามเมื่อเกิดเหตุการณ์ฆ่าล้างเผ่าพันธุ์

ชาวยิวและเด็กผู้บริสุทธิ์นับล้านคนถูกสังหาร

ในที่สุดพวกเขาก็ได้บ้านเกิดของตนคืนมาหลังจากการดิ้นรนอันยาวนาน

แต่ผู้คนที่ขับไล่พวกเขาออกไปยังคงปะปนกันจนทุกวันนี้

ทิ้งระเบิดบ้านเกิดเมืองนอนของชาวยิวโดยไม่มีเหตุผลอันสมควร

การฆ่าคนบริสุทธิ์ ชาวอาหรับที่เป็นศัตรูคิดว่าเป็นทางออก

ลักพาตัวผู้หญิงและเด็กสาวมาแล้วซ้ำแล้วซ้ำเล่า

ข่มขืนพวกเขาเหมือนเป็นศาสดาของพวกเขาที่ชี้ทางให้

การอยู่ร่วมกันอย่างสันติคือทางออกเดียวที่ชาวอาหรับบางคนไม่ยอมรับ

เมื่อถึงเวลาต้องช่วยชีวิต เมื่อผู้คนต่อต้าน เสมือนมนุษยชาติกำลังหดตัว

# 74.ทหารแห่งสันติภาพและมนุษยชาติ

โอ้จิตวิญญาณที่กล้าหาญของคุณ สักวันหนึ่งคุณจะต้องชนะ

คุณอยู่บนเส้นทางแห่งความจริงและความมุ่งมั่น

แต่พ่อค้าทาสที่มีความไม่รู้ก็มักจะพยายามกำจัด

ครั้งนี้คุณไม่ควรถอยหลังและยึดมั่นกับการกระทำของคุณ

ศาสนาแห่งความไม่ยอมรับและความรุนแรงไม่อาจดำรงอยู่ได้

นักรบแห่งความจริงจะจัดการประวัติศาสตร์ในครั้งนี้

ไม่มีใครจะสามารถข่มขืนเด็กไร้เดียงสาที่บอกความปรารถนาของพระเจ้าได้

หากจำเป็นต้องใช้อาวุธนิวเคลียร์ในการฆ่าปีศาจ

ไม่เช่นนั้นพวกมันก็จะเติบโตอีกครั้งเหมือนไวรัสที่เข้ามาทำร้ายมนุษยชาติ

คนมีเหตุผลทั่วโลกกำลังสวดภาวนาเพื่อชัยชนะของคุณ

ประเทศประชาธิปไตยทุกประเทศจะช่วยคุณกำจัดปีศาจถ้าจำเป็น

# 75.ภาษาอัสสัมของอินเดีย

ภาษาอัสสัมเป็นภาษาที่ได้รับการพัฒนามาจากพระคริสต์ประสูติ

แม้แต่ในสมัยมหากาพย์มหาภารตะก็ยังมีการกล่าวถึงเรื่องนี้

ภาษาอัสสัมนั้นหวานมาก เหมือนกับความงามของอัสสัม

ภาษาที่ใช้ก็มีความหลากหลายและคล่องตัวมาก

การทำให้เป็นที่ประจักษ์ในระดับโลกเป็นหน้าที่ของชาวอัสสัมทุกคน

การตั้งชื่อให้เป็นหนึ่งในภาษาคลาสสิกของอินเดียนั้น ไม่เพียงพอ

การนำวรรณกรรมอัสสัมไปเผยแพร่ในเวทีโลกยังคงเป็นเรื่องยาก

เส้นทางสู่รางวัลบุคเกอร์และโนเบลไม่ใช่เรื่องง่าย แต่ก็ยากลำบาก

การแปลเป็นสิ่งจำเป็นสำหรับการแจ้งให้ผู้อ่านภายนอกอินเดียทราบ

ในปัจจุบันการเผยแผ่วรรณกรรมผ่านโซเชียลมีเดียเป็นเรื่องง่าย

เด็กฉลาดต้องมาเรียนภาษาแม่

แล้วภายในรัฐอัสสัมเท่านั้นที่ภาษาอัสสัมจะแพร่หลายเป็นภาษาของประชาชน

การประทับตราของรัฐบาลเพียงอย่างเดียวไม่มีประโยชน์อะไร

หากคนรุ่นใหม่มีความคิดสร้างสรรค์ วรรณกรรมใหม่ก็คงไม่สามารถประพันธ์ได้

# 76.เฉลิมฉลองวันนี้ ทำงานพรุ่งนี้

ร่วมเฉลิมฉลองวันนี้กับการยอมรับที่เราได้รับ

แต่ไม่ควรจบเพียงการเฉลิมฉลองเท่านั้น

ตอนนี้เป็นหน้าที่ของทุกคนที่อาศัยอยู่ในอัสสัมที่จะรักษามันไว้

เพื่อให้ได้รับการเผยแพร่ไปทั่วโลก เราต้องทำให้ภาษาอัสสัมเหมาะสม

หากไม่ติดตามงานต่อไป การเฉลิมฉลองก็จะเป็นเพียงชั่วครั้งชั่วคราว

การเฉลิมฉลองจะคงอยู่เป็นประวัติศาสตร์ของสื่อและหนังสือพิมพ์

โมเมนตัมที่เกิดจากการเฉลิมฉลองควรสร้างเรื่องราวใหม่

การกล่าวสุนทรพจน์ของนักการเมืองจะค่อยๆ มอดลงเหมือนระลอกคลื่น

นักเขียนทุกคนต้องทำงานหนักก่อนที่โมเมนตัมจะพังทลาย

วาระสำคัญประการหนึ่งควรเป็นการสร้างวรรณกรรมสมัยใหม่ใหม่

เฉพาะหนังสือในทุกรูปแบบเท่านั้นที่สามารถปกป้องอนาคตของภาษาอัสสัมได้

# 77.W=mg ไม่แตกต่างกันตามศาสนา

แรงโน้มถ่วงมีความสม่ำเสมอทั่วทั้งโลก

ทฤษฎีสัมพันธภาพทั่วโลกก็คลี่คลายไปในลักษณะเดียวกัน

ไฟฟ้าเหมือนกันในอิสราเอล กาซ่า เลบานอน อินเดีย และปากีสถาน

วิทยาศาสตร์มีกฎเกณฑ์ที่สม่ำเสมอทั่วโลกโดยไม่มีการเลือกปฏิบัติ

แต่ศาสนาก็เลือกปฏิบัติและแบ่งพรรคแบ่งพวกตามความเชื่อ

การต่อสู้เพื่อสวรรค์และพระเจ้าโดยไม่มีกฎเกณฑ์หรือกฎหมายใด ๆ ที่เป็นมาตรฐานเดียวกัน

การฆ่าผู้บริสุทธิ์ก็ได้รับการพิสูจน์จากผู้ที่เรียกตัวเองว่าครูศาสนาเช่นกัน

พวกเขาไม่มีการคิดเชิงวิทยาศาสตร์เพื่อวันพรุ่งนี้ที่ดีกว่า

สงครามไม่สามารถเป็นสิ่งศักดิ์สิทธิ์ได้ เพราะมันเกี่ยวข้องกับการฆ่ามนุษย์

แต่ผู้คนกลับกลายเป็นคนโง่เขลา เพราะรู้ว่าการฆ่าคนเป็นบาปตามศาสนาของตน

ดังนั้นเพื่อสันติภาพ ภายในกล่องดำทางศาสนาจะไม่มีทางแก้ไข

เรื่องเล่าเท็จเกี่ยวกับยุคกลางในหมู่ชาวอาหรับจำเป็นต้องมีการเจือจางลง

# 78.พระองค์ (พระเยซู) ทรงแสดงความสว่างในความมืด

จากความมืดมิดของกฎป่าดงดิบในทะเลทรายอาหรับ

เส้นทางสู่ความรัก มนุษยธรรม และพระบัญญัติ 10 ประการที่พระเยซูทรงเริ่มต้น

คนโง่เขลาได้ตรึงพระองค์ไว้โดยไม่เข้าใจพระองค์

แต่พระองค์ได้ทรงอธิษฐานขอความเมตตาและความคุ้มครองแก่ญาติพี่น้องของพวกเขา

คำสอนของพระองค์ยังคงเป็นแสงแห่งความเมตตานำทางให้มวลมนุษยชาติ

บางคนพยายามจะเคลื่อนไหวในทางอื่นและพยายามหาหนทางที่ดีกว่าในการค้นหา

คนฉลาดคนหนึ่งประกาศตนเป็นศาสดาคนสุดท้ายที่จะหลอกลวงผู้คน

ในจักรวาลที่เปลี่ยนแปลงตลอดเวลา สถานะเดิมในเรื่องใดๆ ก็ไม่ใช่เรื่องง่าย

เป็นไปไม่ได้ที่จะประณามพระเยซูและความคิดของพระองค์ ผู้ที่พิการ

ตราบใดที่เรายังคงมีความอดทนและรักทุกคน โลกก็จะเอาชนะปัญหาทั้งหมดได้

# 79.กาซ่าและยูเครนอยู่ในซากปรักหักพัง

พระเจ้าเป็นสิ่งมีชีวิตที่ใบ้ หูหนวก ตาบอด และไร้ทางช่วยเหลือตัวเอง

แต่ถ้าไม่มีพระเจ้าแล้วมนุษยชาติก็ไม่มีอนาคตที่ดีกว่า

พระเจ้าไม่สามารถหยุดยั้งการฆ่าล้างเผ่าพันธุ์ชาวยิวได้ตั้งแต่ครั้งโบราณ

ตอนนี้เพื่อหยุดการสังหารผู้บริสุทธิ์ พระเจ้าจึงกลายเป็นนักการเมืองมากเกินไป

เนื่องจากเขาเป็นใบ้ หูหนวก และตาบอด ดังนั้นเขาจึงไม่สามารถเป็นเครื่องมือเพื่อสันติภาพได้

พระเจ้าไม่เคยพยายามที่จะปกป้องมัสยิด โบสถ์ หรือวัดของพระองค์

สภาพร่างกายของเขาที่พิการเป็นสาเหตุง่ายๆ

และเพื่อสนองความต้องการของผู้พิการทางกาย มนุษย์จึงสร้างปัญหา

แม้แต่ผู้ศรัทธาที่เข้มแข็งที่สุดก็ไม่เคยประพฤติตนถ่อมตนในนามของพระเจ้า

พระเจ้าทรงก้าวหน้าจากไฟไปสู่สมาร์ทโฟน แต่กาซ่าและยูเครนกลับกลายเป็นซากปรักหักพัง

# 80.ฮาลาลหรือไม่ฮาลาล รสชาติก็เหมือนกัน

ลูกแกะถูกฆ่าเพื่อเอาเนื้อโดยสัตว์ที่ชื่อว่ามนุษย์

หลังจากตายแล้ว ลูกแกะก็ไม่มีความหมายว่าถูกฆ่าอย่างไร

ในนามของพระเจ้าเป็นฮาลาลหรือไม่ต้องถวายแด่พระเจ้า

รสชาติของเนื้อสัตว์ยังคงเหมือนเดิมไม่ว่าจะฮาลาลหรือไม่ก็ตาม

พระเจ้าไม่มีบทบาทในการฆ่าลูกแกะหรือช่วยชีวิตลูกที่บริสุทธิ์ของพระองค์

มนุษย์คิดว่าพระเจ้าจะทรงมีความสุข นั่นเป็นความโง่เขลาและไร้สาระ

ดีที่คนนอกศาสนาไม่ยุ่งกับกระบวนการนี้

แต่คนงมงายบางคนก็ยังคงโง่เขลาและไร้สติ

เหตุผลและตรรกะต้องเข้ามาสู่ศาสนาเพื่อการปฏิรูปและความทันสมัย

หากไม่ปฏิรูปโดยคนฉลาดในหมู่ผู้เคร่งศาสนา ก็จะได้รับความพินาศ

# 81.ศาสนาจำเป็นต้องมีการปฏิรูปโดยเร็ว

ครั้งหนึ่งพวกเขาได้สังเวยมนุษย์เพื่อสนองพระเจ้าและเพื่อความเมตตาของพระองค์

อังกฤษออกกฎหมายห้ามการสังเวยมนุษย์ในนามของพระเจ้า

แต่การบูชายัญสัตว์ยังคงดำเนินต่อไปในวัดและศาลเจ้า

เทพธิดาบางองค์ที่มีเลือดสัตว์ก็ชอบดื่มไวน์ด้วย

ระบบการฆ่าแม่ม่ายด้วยไฟก็ถูกยกเลิกเช่นกัน

แต่ในเรื่องของนิสัยการกินก็มีข้อจำกัดอยู่บ้าง

พวกเขาตระหนักมานานแล้วกับอังกฤษว่าการเปลี่ยนแปลงเป็นสิ่งจำเป็น

นั่นคือเหตุผลที่ยอมรับการแบ่งแยกศาสนาของประเทศ

ชาวออร์โธดอกซ์ตอนนี้ไม่มีอาหารและเงินที่จะชำระหนี้

ประเทศศาสนาออร์โธดอกซ์อาจล่มสลายในเร็วๆ นี้

ในการวิวัฒนาการของอารยธรรม มีเพียงผู้ที่ยอมรับการเปลี่ยนแปลงเท่านั้นที่จะอยู่รอด

คนออร์โธดอกซ์ควรเปลี่ยนทัศนคติและกระตือรือร้น

สงครามในนามของศาสนาไม่มีอยู่ในสหัสวรรษนี้

เพื่อการปฏิรูปและการศึกษา บุคคลในศาสนาควรจัดตั้งคณะสงฆ์ขึ้น

# 82.ใครคือผู้รับผิดชอบต่อสันติภาพ?

ระบบนิเวศน์ของสังคมมนุษย์ที่ซับซ้อนเช่นนี้

ตั้งแต่สมัยโบราณ ความขัดแย้งและสงครามเป็นเรื่องปกติ

จะอยู่ร่วมกันอย่างสันติได้อย่างไรไม่มีใครบอกได้

ประกายไฟเล็กๆ ก็สามารถสร้างความขัดแย้งจนฆ่าคนตายได้นับพัน

และสงครามโลกสามารถฆ่าคนได้นับล้านโดยไร้เหตุผล

ใครคือผู้รับผิดชอบต่อสันติภาพ รัสเซีย อเมริกา หรืออิสราเอล

หรือบรรดาผู้นำศาสนาที่ควบคุมศาสนาที่เรียกว่าศาสนาสันติ

คนธรรมดาไม่มีที่ไปนอกจากหลุมหลบภัยเพื่อช่วยชีวิต

สหประชาชาติตอนนี้เป็นเพียงเสือกระดาษที่ไม่มีชีวิต

คนธรรมดาทั่วไปคลั่งศาสนาและดินแดนของชาติ

ในอนาคตอันไกลโพ้นก็ยังมีความหวังในสันติภาพและการแก้ไขความขัดแย้ง

อาจเป็นไปได้ว่าคนรุ่นต่อไปจะถือว่าความขัดแย้งเป็นส่วนหนึ่งของชีวิต

ด้วยมลพิษและความโกรธเกรี้ยวของธรรมชาติ พวกเขาต้องเอาชีวิตรอด

# 83.อย่าไล่ตามความสุข

อย่าไล่ตามผีเสื้อเพื่อจับมันและชื่นชมความงามของมัน

นั่งเงียบ ๆ ในสวนบ้างเป็นครั้งคราวเพื่อเพลิดเพลินไปกับพวกมันอย่างอิสระ

จู่ๆ ก็มีตัวหนึ่งมาเกาะบนไหล่คุณ

หากพยายามจับมันไว้ก็จะบินหนีไปในพริบตา

ดังนั้นจงเพลิดเพลินไปกับความงามของผีเสื้อที่นิ่งเงียบดีกว่า

ความสุขก็เหมือนกัน ถ้าหากวิ่งไล่ตามก็ไม่สามารถคว้ามันได้

หากทำกิจกรรมเล็กๆ น้อยๆ ด้วยความเพลิดเพลิน ความสุขก็จะตามมา

การชมภาพยนตร์อาจทำให้คุณมีความสุขมากกว่าการซื้ออะไรสักอย่าง

ค้นหางานอดิเรกและความชอบของคุณ สิ่งที่คุณชอบจริงๆ

ความสุขไม่เคยเป็นเส้นตรงโดยไม่มีขึ้นและลง

หากไม่มีช่วงเวลาเศร้าและยากลำบาก ความสุขก็จะไม่อยู่

ไม่มีดัชนีความสุขที่สมบูรณ์แบบที่สามารถใช้ได้กับทุกคน

ความคิดและทัศนคติของคุณสามารถนำมาซึ่งความสุขให้กับคุณได้

# 84.แฟนสาว

เธอช่างงดงามจนคุณสัมผัสได้

ความงามของดวงตาสีฟ้าของเธอที่คุณไม่สามารถอธิบายได้

กลิ่นหอมของเธอไม่มีใครสามารถชื่นชมได้ยกเว้นคุณ

เธอนุ่มนวลเหมือนน้ำค้างในฤดูใบไม้ผลิเดือนกันยายน

เธอคือคนที่ดีที่สุดในโลกท่ามกลางคนไม่กี่คน

แต่ทันใดนั้นภายในวันเดียวทุกอย่างก็เปลี่ยนไป

เพราะความสัมพันธ์กับคนอื่นเธอก็จัดการเช่นกัน

การที่มีบุคคลที่สามอยู่กับเพื่อนเป็นเรื่องที่ยอมรับไม่ได้

สามเหลี่ยมสามแฉกกลายเป็นรูปไม่แน่นอนและไม่มั่นคง

บุคคลที่สำคัญที่สุดในชีวิตกลับกลายเป็นคนที่ไม่อาจทนได้

# 85.ความรัก

ความรักบางครั้งก็เหมือนผีเสื้อ บางครั้งก็เหมือนเสียงร้องไห้

ความสัมพันธ์บางครั้งก็เปียก บางครั้งก็แห้งแล้ง

รักแล้ววันแดดออกและวันฝนตกก็มาเยือนบ่อยเกินไป

แต่ความสัมพันธ์ การทะเลาะเล็กๆ น้อยๆ ก็อาจทำให้เกิดความลังเลได้

คนมาแล้วก็ไปจากชีวิตเหมือนกลางวันและกลางคืน

รักแท้ในชีวิตยังคงสดใสเสมอเหมือนพระจันทร์เต็มดวง

เมื่อความรักบินสูงบนท้องฟ้าเหมือนว่าวที่สวยงาม

จับสายให้แน่นอย่างชำนาญและแน่นมาก

ความผิดพลาดเพียงเล็กน้อยอาจฉีกเชือกได้

และมันจะบินและกลายเป็นราชาแห่งนักรบที่ไม่อาจต้านทานได้

# 86.ฉันกังวล แล้วคุณล่ะ?

ไม่เพียงแต่สภาพอากาศและสิ่งแวดล้อมเท่านั้นที่กำลังเปลี่ยนแปลง

จิตใจและความคิดของมนุษย์ได้มีการเปลี่ยนแปลงไป

เรากำลังเปลี่ยนแปลงไปในทางที่ดีขึ้นหรือแย่ลง?

ความก้าวหน้านั้นเป็นการพัฒนา หรือ การทำลายธรรมชาติ?

เหตุใดจึงเกิดการขัดแย้งเพื่อขอบเขตที่มนุษย์สร้างขึ้นและการทำลายล้าง?

จำเป็นต้องทำลายป่าและก่อสร้างขนาดนี้เลยเหรอ?

แต่ผมสับสนและหาทางแก้ไขที่เป็นรูปธรรมไม่ได้เลย

ดาบสองคมแห่งการเติบโตและการพัฒนาของประชากร

ตัดแม่ธรณีและธรรมชาติให้เลือดออกอย่างต่อเนื่อง

ทะเลทรายต้องเผชิญกับฝนและน้ำท่วมที่ไม่เคยเกิดขึ้นมาก่อน

ป่าฝนและแหล่งที่อยู่อาศัยของสัตว์ที่แห้งแล้ง

มนุษย์กับสัตว์ที่ขัดแย้งกันนั้นใครๆ ก็รู้

แต่เราไม่มีวิธีการหรือทัศนคติที่จะรักษาธรรมชาติ

ฉันกังวลว่าจะเกิดอะไรขึ้นเมื่ออุณหภูมิสูงขึ้นในอนาคต

ระดับน้ำทะเลที่สูงขึ้นและฝนตกหนักจะเปลี่ยนแปลงชีวิตและวัฒนธรรมของมนุษย์

# ผู้เขียน ผู้เขียน

เทวจิต ภูยัน

DEVAJIT BHUYAN เป็นวิศวกรไฟฟ้ามืออาชีพและนักกวี ผู้ประพันธ์จากใจจริง มีความสามารถในการแต่งบทกวีและร้อยแก้วเป็นภาษาอังกฤษและภาษาแม่ของเขาคือภาษาอัสสัม ในช่วง 26 ปีที่ผ่านมา เขาเป็นผู้แต่งหนังสือมากกว่า 74 เล่มที่ตีพิมพ์โดยสำนักพิมพ์ต่างๆ ในกว่า 45 ภาษา หนังสือที่เขาตีพิมพ์ทั้งหมดในทุกภาษามีจำนวนถึง 207 เล่ม และยังคงเพิ่มขึ้นทุกปี หนังสือสำหรับเด็กและการ์ตูนของ Devajit Bhuyan ได้รับความนิยมอย่างมากทั้งในหมู่เด็กและผู้ใหญ่

หากต้องการทราบข้อมูลเพิ่มเติมเกี่ยวกับเขา โปรดไปที่ *www.devajitbhuyan.com* หรือดูช่อง YouTube ของเขา *@careergurudevajitbhuyan2024*

9 789367 956700